Lê Hân

sưu tầm

TUYỂN TẬP NHẠC VIỆT NAM

Tập 4
(Vần T, U, V, X, Y)

Nhân Ảnh

2018

TUYỂN TẬP NHẠC
VIỆT NAM
TẬP 4

Nhạc Có Notes do Lê Hân sưu tầm

Bìa: Khánh Trường

Kỹ Thuật: Tạ Quốc Quang

ISBN: 9781989705278

Nhân Ảnh

Xuất Bản

2020

MỤC LỤC
Tập 4

VẦN T

Thôi	Y Vân
Thôi, Anh Hãy Về	Nguyễn Ngọc Thiện
Thôi Em, Lau Giọt Lệ Tràn	Vũ Đức Nghiêm
Thu	Nguyễn Văn Khánh
Thu Ca	Phạm Mạnh Cương
Thu Ca Điệu Ru Đơn	Phạm Duy
Thu Hát Cho Người	Vũ Đức Sao Biển
Thu Qua	Hoàng Trọng
Thu Quyến Rũ	Từ Linh
Thu Tím Lá Vàng	Vân Tùng
Thu Trên Đảo Kinh Châu	Lê Thương
Thu Trong Mắt Em	Ngô Thụy Miên
Thu Vàng	Cung Tiến
Thu Về Trong Mắt Em	Phạm Mạnh Cương
Thú Đau Thương	Phạm Duy
Thư Cho Vợ Hiền	Song Ngọc
Thư Đô Thị	Song Ngọc
Thư Người Chiến Binh	Nguyên Diệu – Nguyên Đàm
Thúc Quân	Văn Giảng
Thung Lũng Hồng	Phạm Mạnh Cương
Thuở ấy Có Em	Huỳnh Anh
Thuở Ban Đầu	Phạm Đình Chương
Thuở Bống Là Người	Trịnh Công Sơn
Thuở Em Hờn Tủi	Trầm Tử Thiêng
Thương Ai? Nhớ Ai?	Phạm Duy
Thương Anh	Y Vân
Thương Đời Hoa	Lê Dinh
Thương Hoài Ngàn Năm	Phạm Mạnh Cương
Thương Một Người	Trịnh Công Sơn
Thương Người Như Thể Thương Thân	Vũ Thành An
Thương Nhau Ngày Mùa	Nguyễn Trung Cang
Thương Quá Việt Nam	Phạm Thế Mỹ
Thương Tình Ca	Phạm Duy
Thương Về Miền Trung	Duy Khánh
Thương Về Quê Cha	Hoàng Trọng
Thương Về Xứ Thượng	Lê Dinh
Thúy Đã Đi Rồi	Y Vân
Thủy Thủ Và Biển Cả	Y Vũ
Thuyền Không Bến Đỗ	Lam Phương
Thuyền Lãng Tử	Lê Trọng Nguyễn
Thuyền Mơ	Dương Thiệu Tước
Thuyền Trăng	Nhật Bằng – Thanh Nam
Thuyền Viễn Xứ	Phạm Duy
Thuyền Xa	Thẩm Oánh
Tiếc Thu	Thanh Trang
Tiến Quân Ca	Văn Cao
Tiến Về Hà Nội	Văn Cao
Tiễn Bước Sang Ngang	Hoàng Trọng

Tiễn Đưa	Song Ngọc
Tiễn Em	Phạm Duy
Tiễn Em Chiều Mưa	Đăng Khánh
Tiễn Người Đi	Lam Phương
Tiếng Chim Gọi Đàn	Hoàng Quý
Tiếng Chuông Chiều Thu	Tô Vũ
Tiếng Dân Chài	Phạm Đình Chương
Tiếng Dương Cầm	Văn Phụng
Tiếng Đàn Ai	Hoàng Trọng
Tiếng Đàn Tôi	Phạm Duy
Tiếng Hót Chim Đa Đa	Võ Đông Điền
Tiếng Hát Lên Trời	Trầm Tử Thiêng
Tiếng Hát Người Yêu	Hoài Linh
Tiếng Hát Nửa Vời	Trần Trịnh
Tiếng Hát Trên Sông Lô	Phạm Duy
Tiếng Hát Với Cung Đàn	Văn Phụng
Tiếng Lòng	Hoàng Trọng
Tiếng Mưa Đêm	Đức Huy
Tiếng Mưa Rơi	Hoàng Trọng – Hoàng Dương
Tiếng Sáo Thiên Thai	Phạm Duy
Tiếng Thời Gian	Lâm Tuyền
Tiếng Thu	Lê Thương
Tiếng Thu	Phạm Duy
Tiếng Xưa	Dương Thiệu Tước
Tiêu Khúc Tràng Giang	Lâm Tuyền
Tìm Anh	Hoàng Thi Thơ
Tìm Một Ánh Sao	Hoàng Trọng
Tìm Nhau	Phạm Duy
Tìm Nơi Em	Lê Trọng Nguyễn
Tìm Về	Lan Đài – Y Vân
Tình	Văn Phụng
Tình Anh Lính Chiến	Lam Phương
Tình Ca	Phạm Duy
Tình Chết Theo Mùa Đông	Lam Phương
Tình Chỉ Đẹp (Khi Còn Dang Dở)	Thủy Tiên
Tình Cờ	Y Vân
Tình Cố Đô	Lam Phương
Tình Cuối Chân Mây	Ngô Thụy Miên
Tình Đầu	Hoàng Trọng
Tình Đầu Muôn Thuở	Lam Phương
Tình Đêm Liên Hoan	Hoàng Thi Thơ
Tình Đẹp Như Mơ	Lam Phương
Tình Đời	Minh Kỳ - Vũ Chương
Tình Đôi Ta	Y Vân – Hoài Linh
Tình Khúc Buồn	Ngô Thụy Miên
Tình Khúc Chiến Trường	Phạm Duy
Tình Khúc Chiều Mưa	Nguyễn Ánh 9
Tình Khúc Cho Em	Lê Uyên Phương

Tình Khúc Mùa Xuân	Ngô Thụy Miên
Tình Khúc Ơ Bai	Trịnh Công Sơn
Tình Khúc Tháng Sáu	Ngô Thụy Miên
Tình Khúc Thứ Nhất	Vũ Thành An
Tình Kỵ Nữ	Phạm Duy
Tình Hoài Hương	Phạm Duy
Tình Hờ	Phạm Duy
Tình Lính	Y Vân
Tình Mùa Hoa Đào	Hoàng Thi Thơ
Tình Mimosa	Vũ Đức Nghiêm
Tình Nghệ Sĩ	Từ Linh
Tình Nghèo	Phạm Duy
Tình Nghĩa Đôi Ta Chỉ Thế Thôi	Lam Phương
Tình Người Còn Đó	Nguyễn Hữu Thiết
Tình Người Tôn Nữ	Trường Sa
Tình Nhớ	Trịnh Công Sơn
Tình Phụ	Đỗ Lễ
Tình Quê	Phạm Duy
Tình Quê	Châu Kỳ
Tình Quê Hương	Đan Thọ
Tình Quê Hương	Việt Lang
Tình Sầu	Trịnh Công Sơn
Tình Sầu Du Tử Lê	Phạm Duy
Tình Trăng	Hoàng Trọng
Tình Trong Như Đã	Quốc Dũng
Tình Tự Mùa Xuân	Từ Công Phụng
Tình - Tự - Tin	Phạm Duy
Tình Xa	Trịnh Công Sơn
Tình Xót Xa Vừa	Trịnh Công Sơn
Tình Yêu Đã Mất	Phạm Mạnh Cương
Tình Yêu Lần Cuối	Đức Huy
Tình Yêu Tìm Thấy	Trịnh Công Sơn
Tình Yêu Trả Lại Trăng Sao	Lê Dinh
Tóc Xưa	Ngô Thụy Miên
Tơ Sầu	Lâm Tuyền
Tôi Bán Đường Tơ	Thẩm Oánh
Tôi Còn Yêu Tôi Cứ Yêu	Phạm Duy
Tôi Đã Gặp	Lê Dinh – Minh Kỳ
Tôi Đi Giữa Hoàng Hôn	Văn Phụng
Tôi Đưa Em Sang Sông	Y Vũ – Nhật Ngân
Tôi Không Phải Là Gỗ Đá	Phạm Duy
Tôi Muốn	Lê Hựu Hà
Tôi Ơi Đừng Tuyệt Vọng	Trịnh Công Sơn
Tôi Ru Em Ngủ	Trịnh Công Sơn
Tôi Sẽ Đưa Em Về	Hoàng Trọng
Tôi Vẫn Yêu Hoa Màu Tím	Hoàng Trọng
Tôi Với Trời Bơ Vơ	Tùng Giang
Trả Lại Em Yêu	Phạm Duy

Trái Tim Ngục Tù	Đức Huy
Trăm Nhớ Ngàn Thương	Lam Phương
Trăng Mờ Bên Suối	Lê Mộng Nguyên
Trăng Rụng Xuống Cầu	Hoàng Thi Thơ
Trăng Sáng Trong Làng	Tiến Đạt
Trăng Sáng Vườn Chè	Văn Phụng
Trăng Sầu Viễn Xứ	Hoàng Trọng
Trăng Sơn Cước	Văn Phụng
Trăng Thanh Bình	Lam Phương
Trầu Cau	Phan Huỳnh Điểu
Trên Đỉnh... Mùa Đông	Trần Thiện Thanh Toàn
Trên Đỉnh Yêu Đương	Trầm Tử Thiêng
Trên Đồi Thông Lạnh	Trường Hải
Trên Đường Xuôi Ngược	Lan Đài
Trên Ngọn Tình Sầu	Từ Công Phụng
Trên Sông Lô	Phan Huỳnh Điểu
Trên Tháng Ngày Đã Qua	Từ Công Phụng
Trong Giấc Mơ Em	Trường Sa
Trong Mắt Em Là Biển Nhớ	Ngô Thụy Miên
Trong Miệt Mài Em Quên	Trường Sa
Trong Nỗi Đau Tình Cờ	Trịnh Công Sơn
Trong Nỗi Nhớ Muộn Màng	Ngô Thụy Miên
Trở Về	Châu Kỳ
Trở Về Bến Mơ	Ngọc Bích
Trống Cơm	Dân Ca Miền Bắc
Trước Giờ Tạm Biệt	Hoài An
Trương Chi	Văn Cao
Trưng Nữ Vương	Thẩm Oánh
Trường Làng Tôi	Phạm Trọng Cầu
Truyện Tình T.T.K.H (Hai Sắc Hoa Tigon)	Song Ngọc
Từ Đó Em Buồn	Trân Thiện Thanh
Từ Giã Kinh Thành	Châu Kỳ
Từ Giọng Hát Em	Ngô Thụy Miên
Từ Khúc	Từ Công Phụng
Từ Một Ước Mơ	Trường Sa
Túi Đàn	Canh Thân
Tuổi Đá Buồn	Trịnh Công Sơn
Tuổi Đời Mênh Mông	Trịnh Công Sơn
Tuổi Mười Ba	Ngô Thụy Miên
Tuổi Mây Hồng	Ngô Thụy Miên
Tuổi Thơ	Lê Thương
Tuổi Xa Người	Từ Công Phụng
Tưởng Niệm	Trầm Tử Thiêng
Tưởng Rằng Đã Quên	Trịnh Công Sơn
Túp Lều Lý Tưởng	Hoàng Thi Thơ
Tùy Hứng Lý Qua Cầu	Trần Tiến
Tuyết Trắng	Anh Chương
Tỳ Bà	Phạm Duy

U

Ước Gì	Võ Thiện Thanh (Nhạc Nga)
Ướt Mi	Trịnh Công Sơn

V

Và Con Tim Đã Vui Trở Lại	Đức Huy
Và Tôi Cũng Yêu Em	Đức Huy
Vào Hạ	Lê Hựu Hà
Vẫn Một Đời Hiu Quạnh	Từ Công Phụng
Vẫn Nhớ Cuộc Đời	Trịnh Công Sơn
Vần Thơ Sầu Rụng	Phạm Duy
Vấn Thương	Xuân Tiên
Vàng Phai Trước Ngõ	Trịnh Công Sơn
Về Dưới Mái Nhà	Xuân Tiên – Y Vân
Về Đây Em	Trịnh Nam Sơn
Về Đây Nghe Em	Trần Quang Lộc
Về Lại Phố Xưa	Phú Quang
Về Miền Trung	Phạm Duy
Về Quê Ngoại	Hàn Châu
Về Thăm Xứ Lạnh	Hùng Cường
Vết Lăn Trầm	Trịnh Công Sơn
Vết Thù Trên Lưng Ngựa Hoang	Ngọc Chánh – Phạm Duy
Vì Tôi Cần Thấy Em Yêu Đời	Trịnh Công Sơn
Vì Đó Là Em	Diệu Hương
Vị Ngọt Đôi Môi	Lê Hựu Hà
Vĩnh Biệt Mùa Hè	Thanh Tùng
Viễn Du	Phạm Duy
Việt Nam – Việt Nam	Phạm Duy
Vó Câu Muôn Dặm	Văn Phụng
Vọng Ngày Xanh	Khánh Băng
Vũng Lầy Của Cúng Ta	Lê Uyên Phương
Vừng Trán Đau Buồn	Lê Trọng Nguyễn
Vườn Địa Đàng	Đức Huy
Vườn Xưa	Trịnh Công Sơn

X

Xa Cách Muôn Trùng	Thẩm Oánh
Xa Dấu Mặt Trời	Trịnh Công Sơn
Xa Quê Hương	Xuân Tiên – Đan Thọ
Xa Vắng	Y Vân
Xác Pháo Nhà Ai	Lê Dinh
Xin Còn Gọi Tên Nhau	Trường Sa
Xin Đời Một Nụ Cười	Nam Lộc
Xin Gọi Nhau Là Cố Nhân	Song Ngọc
Xin Mặt Trời Ngủ Yên	Trịnh Công Sơn
Xin Một Ngày Mai Có Nhau	Đức Huy
Xin Ơn Nhau Cuộc Đời	Trường Sa
Xin Trả Nợ Người	Trịnh Công Sơn
Xin Yêu Nhau Dù Mai Nữa	Trường Sa
Xuân Ca	Phạm Duy
Xuân Đã Về	Minh Kỳ
Xuân Này Con Không Về	Trịnh Lâm Ngân
Xuân Tha Hương	Phạm Đình Chương
Xuân Và Tuổi Trẻ	La Hối – Thế Lữ
Xuân Về	Thẩm Oánh
Xuất Quân	Phạm Duy
Xóm Đêm	Phạm Đình Chương

Y

Ý Nhạc Thời Gian	Thẩm Oánh
Yêu	Trần Thiện Thanh
Yêu	Văn Phụng
Yêu Dáng Em Xưa	Đăng Khánh
Yêu Dấu Chưa Nguôi	Trầm Tử Thiêng
Yêu Dấu Tàn Theo	Trịnh Công Sơn
Yêu Em	Lê Hựu Hà
Yêu Em Anh Đã Yêu Mùa Thu	Trường Sa
Yêu Em Dài Lâu	Đức Huy
Yêu Em Giữa Đời Quên Lãng	Trường Sa
Yêu Là Chết ở Trong Lòng	Phạm Duy
Yêu Người Yêu Đời	Lê Hựu Hà
Yêu Trong Hoàng Hôn	Phạm Mạnh Cương

Ta Muốn Cùng Em Say

10-10-1998

Đăng Khánh

Chậm và thiết tha

Người yêu người ơi đừng khóc nữa Vàng thu tàn lá

uá Tình yêu như rượu cay Ấm bờ môi từ đây

Yêu mãi vòng tay này Hãy vui trọn đêm nay

Người yêu người ơi đừng khóc nữa Tình yêu người đã

hứa Nghìn năm vẫn còn say hãy cạn ly chiều nay Vui với tình yêu

TA VUI CA VANG

NHẠC : VĂN - PHỤNG   LỜI : CHIÊU - TRANH

FOX TROT — BRIGHT

Nhạc ngày xanh reo vang nơi nơi. Miền đồng

quê bao la xinh tươi. Trong ánh nắng mai ngập hương mái.

Có tiếng ríu rít đôi chim xinh xinh. Tắm ánh nắng

mới mừng ngày hòa - bình. Đời đẹp như bông lúa thắm xinh.

Từ thành đô ta đi muôn phương. Hòa niềm

vui trong bao yêu thương. Reo rắc khắp nơi nguồn vui sống.

Cánh gió lướt sóng mảnh mòng mênh mông. Dốc núi, thác

tà áo cưới

Nhạc và lời :

Hoàng Thi Thơ

«Cho tôi ép nốt giòng dư lệ,
Nhỏ xuống thành thơ, khóc chút duyên»
T. T. KH.

RUMBA

Tôi đi trong nắng thu màu nhớ Ngơ

ngẫn vì tiếng gió thu buồn Tôi đi trong

lá thu vàng úa Cứ ngỡ là muôn lá tình

thư... Hôm nay sao áo bay nhiều thế !

Tôi tưởng ngàn cánh bướm khoe màu Ô

hay ! tiếng pháo đầu buồn quá ? Xác đỏ làm

xao xuyến dường hoa... Những tà áo cưới thướt tha bay

bay trong nắng chiều Đưa người em gái bước chân đi đi về bến nao?

Ôi buồn làm sao! em có nhớ thu nào? Những tà áo cưới tiễn em đi

em đi lấy chồng. Chim trời theo gió biệt nơi đâu đâu mà ước mong!

Cung đàn thắm rơi rơi mãi tiếng tơ lòng. Bâng khuâng trông gió bay tà

áo Gió hỡi làm sao bớt lạnh lùng?

Tôi đi đi mãi theo màu nắng Nắng

để lòng tôi với quạnh hiu...

NHẠC PHẨM "TÀ ÁO CƯỚI" CỦA HOÀNG-THI-THƠ DO NHÀ XUẤT BẢN LY-TAO ẤN HÀNH LẦN THỨ BA 3000 BẢN THƯỜNG VÀ 100 BẢN QUÝ CÓ CHỮ KÝ CỦA TÁC GIẢ DÀNH RIÊNG ĐỂ TẶNG

TÀ ÁO XANH

Đoàn Chuẩn - Từ Linh

Slow

Gió bay từ muôn phía tới đây ngập hồn anh. Rồi
......nhau để mà nhớ, nhớ nhau để sầu dâng. Tình

tình lên chơi vơi. Thuyền anh một lá ra khơi. Về em phong kín như mây
trần ôi mong manh. Người mơ một sớm đến anh. Rồi đi đi mãi cho anh

trời. Đêm đêm ngồi chờ sáng mơ ai. Mộng nữa cũng là
sầu. Đêm đêm ngồi chờ sáng mơ ai. Mộng nữa cũng là

không. Ta quen nhau mùa thu. Ta thương nhau mùa đông. Ta yêu nhau mùa
không. Ta quen nhau mùa thu. Ta thương nhau mùa đông. Ta yêu nhau mùa

xuân. Để rồi tàn theo mùa xuân. Người về lặng lẽ sao đành.
xuân. Để rồi tàn theo mùa xuân. Người về lặng lẽ sao đành

Anh còn nhớ em nói rằng. Sao mùa xuân lá vẫn rơi? Sao mùa xuân lá vẫn
Anh còn nhớ em nói rằng. Sao mùa xuân đến không vui? Sao mùa xuân đến không

Tạ ơn

Trịnh Công Sơn

Nhẹ nhàng

Dù đến rồi đi tôi cũng xin tạ ơn người tạ ơn
(Dù đến rồi) đi tôi cũng xin tạ ơn người tạ ơn

đời, tạ ơn ai đã dìu Em về chốn này, tôi xây mãi cuộc vui.
đời, tạ ơn ai đã cho tôi còn những ngày quên kiếp sống lẻ loi.

Dù đến rồi đi tôi cũng xin tạ ơn người, tạ ơn đời, tạ ơn
Dù đến rồi đi tôi cũng xin tạ ơn người, tạ ơn đời, tạ ơn

ai   đã   cho   tôi   còn   những   ngày   ngồi   mơ   ước   cũng   người .   Ôi   mênh
ai   đã   cho   tôi   tình   sáng   ngời   như   sao   xuống   từ ...

mông   tháng   ngày   vắng   Em .   Tình   như   lá   bống   vàng   bống

xanh .   Em   ra   đi   như   thoáng   gió   thăm .   Để   lại   đây   thành

phố   không   hồn   Qua   con   sông   nhớ   người   đã   xa ,   thành   phố

vẫn   nắng   vàng   vẫn   mưa .   Cây   sang   thu   lá   úa   rời   mù

Chuyện ngày   xưa   heo   hút   trong   mơ .   Dù   đến   rồi ...   ... trời .

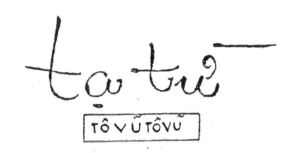

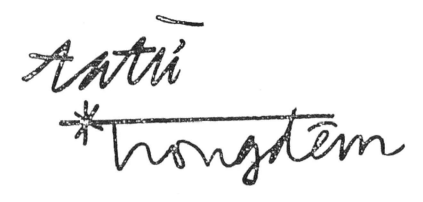

BOLÉRO

Thăm thẳm chiều trôi, khuya anh đi rồi, sao trời đưa
(Anh hiểu rồi) đây: "khuya nay em về trăng gầy soi

lối.   Khi thương mến nhau, hai người hai ngả tránh sao bởi
bóng   Nên em cúi   mặt, ngăn giòng nước mắt phút giây tạ

hồi.   Hẹn gặp nhau đây, đêm thâu   lá   đổ, sương giăng kính
từ   Đừng buồn nghe em, tuy   anh   biết rằng, xa xôi vẫn

mờ, nhạt nhòa ước   mơ... đã gặp nhau rồi sao em không nói, sao em cúi
làm tâm tư   héo   hon. Nếu em đã trọn thương anh xa   vắng, xin em chớ

mặt?·em giận hờn anh chăng?·(Anh hiểu rồi)
buồn cho nặng lòng chinh   nhân.   Nếu em biết

súng, có những người đi đấu tranh chưa về, mang lòn thề lên miền sơn khê, từng đêm địa đầu hun hút gió sâu. Nếu em đã gặp mẹ già thương con khấn nguyện đêm rằm, vợ yêu chồng đan áo lạnh từng dòng, thì duyên tình mình có nghĩa gì không? Anh hỏi một câu (khi trong đêm
(dặn)
dài vọng về tiếng súng) «Sao em cúi mặt, không nhìn đôi
(Bao nhiêu ý thơ, không bằng câu
mắt hứa thương em trọn đời?" Đầu đường chia phôi, anh không nói
hứa sẽ)
gì, nên phong kín lời hẹn tình lứa đôi. Nếu anh có
về khi tan chinh chiến. XIN EM CÚI MẶT DẤU LỆ MỪNG NGHE EM.

TÁM ĐIỆP KHÚC

Anh Việt Thu

1.Trời làm cho mưa bay giăng giăng mây tím   dệt   thành sầu.   Bàn
4.Trời làm cho mưa bay giăng giăng mây tím   dệt   thành sầu.   Năm
7.Trời làm cho mưa bay giăng giăng mây tím   dệt   thành sầu,   Năm

tay   năm ngón   mưa   sa.   Dìu   anh trong tiếng   thở.   Đưa   tiễn anh   đi   vào
nghe tiếng hát   đu   đưa.   Dìu   anh trong giấc   ngủ.   Ôi!   Tiếng ru   ru ngọt
dương sóng nước bao la.   Trùng dương vang tiếng   gọi,   Ôi!   Sống thiêng em   về

đời.   Mẹ Việt Nam ơi! Hai mươi năm ngăn lối   rẽ   đường về.
ngào. Mẹ Việt Nam ơi! Ai   chia   ly   tan tác   cả   ngàn đời.
Trời. Mẹ Việt Nam ơi! Con xin   ghi xin khắc nguyện   lời thề.

2.Trời làm cho mưa bay giăng giăng mây tím dệt thành sầu. Bàn
5.Trời làm cho mưa bay giăng giăng mây tím dệt thành sầu. Từng
8.Trời làm cho mưa bay giăng giăng mây tím dệt thành sầu. Rừng

tay đón gió muôn phương. Bàn tay đan gối mộng. Đưa tiễn anh đi vào
đêm ấp ủ trong tim. Từng đêm khe khẽ gọi. Anh nhớ thương em từng
thiêng lá đổ âm u. Rừng thiêng vang tiếng gọi. Ôi! Núi thiêng em về

đời. Mẹ Việt Nam ơi! Hai mươi năm ngăn lối rẽ đường về.
giờ. Mẹ Việt Nam ơi! Ai chia ly tan tác cả ngàn đời.
nguồn. Mẹ Việt Nam ơi! Con xin ghi xin khắc nguyện lời thề.

3.6.Tiếng hát hát trên môi. Giấc ngủ, ngủ trong nôi. Một

đàn, đàn chim nhỏ bay khắp trời Việt Nam mến yêu. Ôi! Tiếng chim muông gọi đàn. Mẹ Việt

Nam ơi! Con xin dâng xin hiến trọn cả đời.

Đã thâu thanh vào dĩa SÓNG NHẠC do THANH-
TUYỀN và THANH - VŨ trình bày với phần
phụ soạn hòa âm và ban nhạc VĂN - PHỤNG.

TÂM SỰ
CỦA EM

Anhbằng Huyonting

Slowly

AI NÓI VỚI ANH xa anh nhiều rồi em quên nụ

cười Tàn đêm ra đứng nhìn trăng đếm sao thương về xa xôi AI NÓI VỚI

ANH em thường sầu nhớ mong chờ nên dáng người thành bóng tương tư mắt xanh mang nhiều thương

nhớ AI NÓI VỚI ANH em hay giận hờn nên mẹ buồn lòng Thường khi em

ÁN PHẨM SỐ 6 CỦA SÓNG-NHẠC
Kiểm-duyệt số 362 BTLC/BC3/XB ngày 12-2-66

hát bài ca ái ân thương sầu mênh mông AI NÓI VỚI ANH phai lạt màu phấn hoa

dào trên má người tình ấy anh yêu nét môi thắm đượm sầu đau. Không

không trăm lần không ngàn lần không Không không trăm lần không vạn lần không Anh cứ

vui tranh đấu cho quê hương hòa bình xây đắp cho tương lai đời mình đó là ước nguyện của

em và của anh Em vẫn nhớ anh nhưng vui thật nhiều cho anh vừa lòng Và em ngoan

mãi đề me chúng ta thương nhiều nghe anh Em hứa với anh hoa còn gặp bướm trao

tình cô gái này còn mãi yêu anh đóa hoa trắng đợi chờ anh.

Tâm sự gửi về đâu

Thơ: Lê Minh Ngọc
Phạm Duy phổ nhạc

Thiết Tha
Nhớ Nhung

Ngoài ấy tuổi xuân lạnh Rét căm lòng cỏ hoa Em nhìn
đi vì lý tưởng Em ở lại hờn căm Mỗi mùa
nhau vì lý tưởng Hỡi em người quê hương Đâu phải

mây không cánh Bay về phương trời xa Nghẹn ngào em thầm hỏi Người đi
hoa lại nở Mỗi hình bóng người xa Đã bạc phai màu áo Nỗi trời
vì biên giới Đâu phải vì nghìn phương Muôn ngàn năm còn mãi Lệ trên

có nhớ nhà Nghẹn ngào em thầm hỏi Người đi có nhớ nhà? Ra
dưới gốc dừa Một trời hoa gạo đỏ Và mưa nắng hai
đá rơi hoài Truyện mình ai người biết? Và ai sẽ sót

TÂM SỰ
MỘNG CẦM

(TRUYỆN CA)

Ôi trời ơi là Phan-Thiết! Phan-Thiết.
Mi là nơi ta chôn hận nghìn thu.
Mi là nơi ta sầu muộn ngất ngư.
H. M. T.

Trần-Thiện-Thanh

CHẬM VỪA VÀ THẬT BUỒN

Tạ từ đời người đi chốn nao. Xót đau nửa

kiếp phế nhân ngậm sầu Để một người buồn hơn núi cao.

Lỡ duyên sầu kín mấy nghìn đêm thâu? Khi yêu đương đều thành nghìn

năm nghe thương đau Thì ngày cưới chỉ để lịm đời cô dâu

MỘNG-CẦM về đầy đời bạc trắng khăn hồng. QUI-NHƠN đất gầy HÀN

ngắt trong vùng trăng. Lầu cũ còn kia Mắt lệ ướt nhoè

Biển xanh còn đó Đầu lối hư vô? Trăng ơi trăng ơi trăng

chết phương nao. Có phải nghẹn ngào trăng nhớ người xưa?

MỘNG-CẦM đây HÀN-MẶC-TỬ đâu? Kín sâu lòng đặt phách tan hồn

sầu. Để một người từ trong xót đau Tủi duyên chợt thấy gió lùa tim

sầu. Ôi trời ơi Phan - Thiết Phan - Thiết Mi là nơi ta sầu muộn ngắt ngư.

TÂM SỰ
người lính trẻ

Trần thiện Thanh

Boléro

Từ khi Anh thôi học Từ khi đôi lứa đôi
đêm anh chưa ngủ Lều sương in bóng trăng

đời Từ sông ngắn núi trơ Tạ từ không nói nên
gầy Đời trai chưa biết mỏi Ngại gì sương gió đông

lời Từ khi gót sông hồ ngược xuôi ôi những đêm
này Người ơi nếu hay vắng mình yêu vai áo thôi

thật dài hồn nghe thương nhớ ai Một năm tìm vui nơi quan-
bạc màu để yên vui Lối xưa Tình kia vừa nhen tim đôi

tái chưa về một lần dù chỉ một lần thôi. Tân
lửa xin hẹn một lời dù chỉ một lời thôi. Đấu

Xuân mình yêu nhau cuối Hè mình giã từ. Mùa

Thu xuôi quân về biên khu cho tới Đông tàn chữ nhận một lần

thư Mong sao em anh hiểu Đời lính dãu phong

trần nhưng yêu như yêu nhân tình và đậm đà như chúng

mình những đêm hẹn - hò giận hờn rồi yêu nhau hơn. Từ

khi Anh thôi học lòng thương biết mấy cho

vừa Từ khi ta cách trở Kỷ - niệm chưa xóa bao

giờ Cầu xin tóc em còn màu xanh xin má em

còn hồng và môi em vẫn nồng Đại dương tình thương đáng cao

sóng xin về ngập tràn lòng chúng mình chờ mong.

Tâm Tình gửi Huế

HOÀNG THI THƠ

Viết tại Saigon, ViệtNam
tháng 8- 1960

Đã do nhiều giọng ca thu thanh
vào nhiều Băng Nhạc và mới nhất
do giọng ca Thanh Thúy thu thanh
vào Băng Nhạc Hoàng Thi Thơ 4
"VẾT CHÂN ĐÀ ĐIỂU"

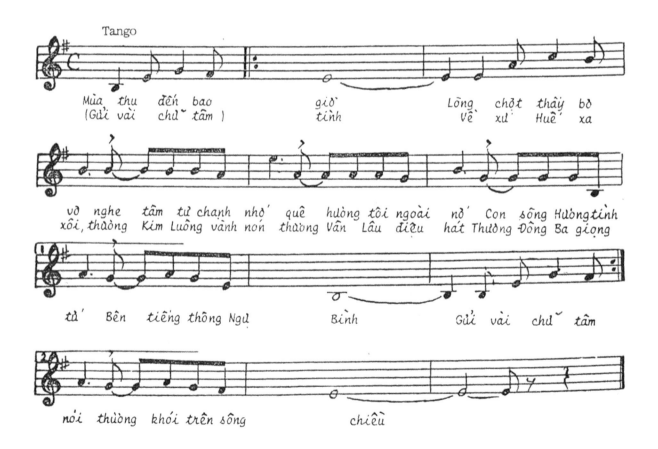

Tango

Mùa thu đến bao giờ   Lòng chợt thấy bơ
(Gửi vài chữ tâm)   tình   Về xứ Huế xa

vơ nghe tâm tư chạnh nhớ quê hương tôi ngoài nớ Con sông Hương tính
xôi, thường Kim Luông vành nón thường Vân Lâu điệu hát Thường Đồng Ba giọng

tù Bên tiếng thông Ngụ Bình   Gửi vài chữ tâm

nới thường khói trên sông   chiều

chuông nức   nở   trên

dỗi chuông Thiên Mụ trầm   ngâm   làm hồn ai trầm

lắng   vắng   vắng   muôn   câu

hồ tưởng chuồng giữa giấc   mờ   Giờ thường nhớ tới

bồi   Ngày   đêm nhớ khôn

nguôi   khi   mùa rời nẻo   vắng   khi   chuôngbuông chiều

nắng   tôi   tưởng từ trời   Huế   ôi   xử quê xa

vời

TẤM ẢNH NGÀY XƯA

Tôi lạy muôn vì tinh tú nhé
Xin đừng luân chuyển để thời gian
Chậm đi, cho kẻ tôi yêu dấu
Vẫn giữ màu tươi một mỹ nhân.
                                    HÀN MẠC TỬ

Lê Dinh

SLOW RUMBA

Ngày   nào   em   đến   chơi   tặng   tôi   một   chiếc   hình   ghi nhớ
(Chiều)   nay   sao   nhớ   thương người em   qua   chiếc   hình   qua nét

ngày chúng mình   vừa   quen   nhau   năm   tháng   dài ngày sau   ghi   nhớ   mãi
mực yêu   kiều   và   xinh   xinh   ghi   mấy   hàng gửi anh   câu   luyến   mến:

Hình   em   tóc ngang   vai lược giắt   với   hoa   cài   nét   mi
Tặng   anh   để   mai   sau mình vẫn   nhớ nhau   hoài   dẫu   xa

cong   viền khoé   mắt   u   hoài   khoé   mắt   u   hoài   làm   xao xuyến   lòng   ai
xôi   mình vẫn   nhớ thương hoài,   thương   nhớ   lâu   dài   này   anh   nhé   đừng...

Chiều ...

...quên   Rồi thời gian   êm   trôi   xa   cách   buồn   vời

vợi   khi ánh trăng   vàng   lên   khơi   Người   về   nơi   xa   xôi   năm   tháng   để   một

người thương nhớ thuở nào   nguôi   Rượu nồng chưa nâng ly sao uống cạn   để

rồi lưu luyến phương trời mờ   xa   Rồi ngày nay phôi pha thương lúc đầu mặn

mà thương ngày vui chóng   qua   Giờ đây trong bóng

đêm mình tôi   bên chiếc hình bao kỷ niệm êm đềm   ngày xa xưa như sống

lại người ơi trong ánh   mắt   Dù cho cách xa

nhau lòng vẫn   nhớ nhau hoài dẫu xa xôi hình bóng khó phai mờ ôi khó phai

mờ thuở niên thiếu mộng   mơ

TAN TÁC

nhạc và lời TU MY

Lento doloroso

Mây bao la trời đen u tối, đêm đông trường lữ khách bâng

khuâng. Ngóng về phương xa chờ tin nhạn, nhưng

nhạn nào có biết nơi nao mà chờ. Nhạn còn véo von bay cao bay xa

tít chẳng có hẹn ngày về tìm ai nơi nao. Nhạn còn say

mê những bông hồng tươi thắm, nô dùa cùng ngàn cành liễu lả lơi như gơi tình

xuân. Nhan còn mãi bắt bướm vàng xinh xinh bay lướt nhẹ nhịp nhàng bên ngàn suối

trong. Bây giờ chim đã bạt ngàn khôn tìm, cách

sóng cách núi muôn trùng, gió ơi! gió đưa chim về cùng ta kẻo ta

mong, gió im gió chẳng trả lời, chim hởi! Hận lòng quyết gởi mây

bay, kiếp sau hoa gặp, kiếp này đành thôi.

TANGO XANH
(BLUE TANGO)

Lời Việt, Phạm Duy

Bỗng một vòng cánh tay ____ Bỗng một kề sát vai
Here am I with you ____ in a world of blue

____ Bỗng một nhịp sát vui Dìu dắt nhau về cõi mê say suốt đời....
____ and were dancing to the tan go we loved When first we met ____

____ Bỗng điệu nhạc ngất ngây ____ Bỗng kỷ niệm khó phai ____ Bỗng cuộc
____ While the mu sic plays ____ we re call the day ____ When our

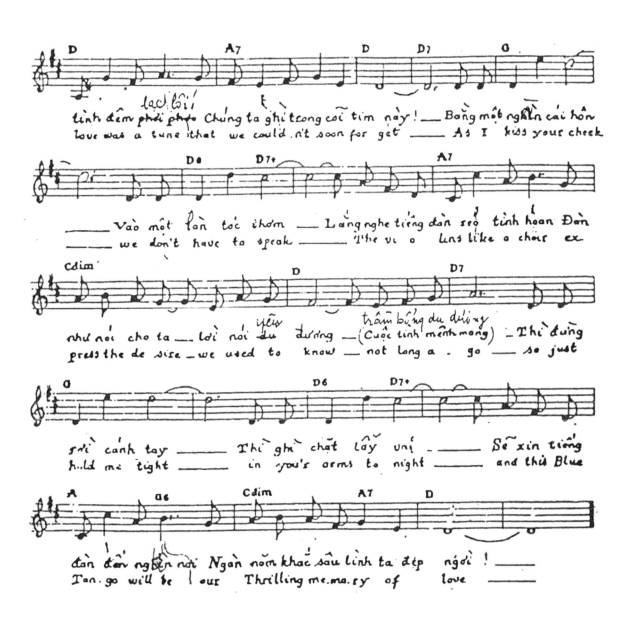

D A7 D D7 G
tình đêm phối phới lạc lối Chúng ta ghi trong cõi tim này! — Bằng một nghìn cái hôn
love was a tune that we could n't soon for get — As I kiss your cheek
D6 D7+ A7
— Vào một làn tóc thơm — Lắng nghe tiếng đàn sẽ tình hoan Đàn
— we don't have to speak — The vi o lins like a choir ex
Cdim D D7
như nói cho ta — lời nói yêu đương — (Cuộc tình mênh mang) trầm bổng du dương — Thì đừng
press the de sire — we used to know — not long a - go — so just
G D6 D7+
rời cánh tay — Thì ghì chặt lấy vai — Sẽ xin tiếng
hold me tight — in your arms to night — and this Blue
A G6 Cdim A7 D
đàn đến nghìn nơi Ngàn năm khắc sâu tình ta đẹp ngời! —
Tan. go will be our Thrilling me.mo.ry of love —

TÀU ĐÊM NĂM CŨ

Trúc Phương

Trời đêm dần tàn tôi đến sân
Dù xa vời vợi tôi vẫn tin

ga đưa tiễn người trai lính về ngàn. Cầm chắc đôi tay ghi vào lời tâm tư ngày
anh qua bước đường tha hương còn dài. Nợ nước đôi vai khi người tìm tương lai đời

nay. Gió khuya ôi! Lạnh sao, ướt nhẹ đôi tà áo. Tàu xa dần
trai. Nhớ thư anh hẹn tôi sẽ về thăm một tối. Và câu chuyện

rồi, thôi tiếc thương chi khi biết người ra đi vì đời. Trở gót bâng
đời e ấp trong tim đêm ước hẹn cho nhau nụ cười. Hình bóng thương

khuâng tôi hỏi lòng đêm nay buồn không? Chuyến xe đêm lạnh không? Để người yêu vừa
yêu anh để vào tâm tư còn không? Gửi trong tim được không? Những chuyện xưa của

lòng.   Đêm   nay   lặng   nghe   gió   lùa   qua   phố
lòng.   Đêm   qua   nằm   mơ   thấy người   trai   lính

vắng, trăng rằm   về   xa   xăm.   Trong   giây phút   này   tôi   mơ ước
chiến, xuôi tàu   về   quê hương. Vui   đêm phố phường quên   đi phút

sao   nằm   trọn   vào   tay   nhau.   Ngày tháng đợi
giây gió   lạnh   ngoài   biên   cương.   Một đêm mùa

chờ,   tôi   đến sân   ga   nơi tiễn người trai lính ngày nào.   Tàu cũ năm
hè   tôi   đến sân   ga   vui đón người trai lính trở về.   Tàu cũ năm

xưa mong người tình biên khu về   chưa?   Trắng   đêm tôi chờ
xưa mang về   trả cho tôi người   xưa.   Để   đêm nay ngồi

FINE

nghe tiếng tàu đêm tìm về.
đây   viết   lại tâm tình này.

Tây Tiến

Thơ Quang Dũng

Phạm Duy phổ nhạc

Sông Mã xa rồi... xa rồi xa, xa rồi xa, xa rồi xa... xa

Sông Mã ơi! ơi!

Nhớ về, nhớ rừng núi nhớ chơi vơi Sài Khao sương lấp đoàn quân mỏi (y)

(y) Mường Lát hoa về trong (ý y) đêm hơi

Dốc lên khúc khuỷu lên khúc khuỷu Dốc thăm thẳm dốc thăm thẳm sâu

Hò dô

Hò dô

Heo hút cồn mây súng ngửi trời   Heo hút cồn mây súng ngửi trời   Ngàn

Dô hò   Hò dô

thước   lên cao   ngàn thước xuống á   a   a   à   Nhà   ai Pha Luông mưa xa

khơi   xa khơi xa   khơi   Anh bạn dãi dầu không bước nữa   Gục

lên súng mũ   bỏ quên đời   Chiều chiều oai

linh thác gầm thét   Đêm đêm Mường Hịch cọp trâu người   Hỡi ôi Tây

Tiến cơm lên khói   Mai Châu mùa   em thơm nếp sôi   Mai Châu mùa

em thơm nếp sôi   Doanh   trại bừng   lên hội đuốc

hoa   Kìa em xiêm áo   tự bao giờ   Khèn   lên man

đất Sông Mã gầm lên khúc độc hành ôi khúc độc hành khúc độc

hành ôi khúc độc hành Tây tiến Tây tiến Người

đi không hẹn ước Người đi không hẹn ước Người đi không hẹn ước

Đường lên thăm thẳm một chia phôi là một chia phôi Ai lên Tây tiến mùa Xuân

ấy Hồn về Sầm Nứa không về xuôi (y y...)

Thái nghiên
1948
Hữu Tất 2005

nhọn   dao vết ngọt đâm   ta chết trầm ngầm   dòng máu chưa kịp

trán dòng máu chưa kịp   trán ....

người tử trăm năm về phai tóc nhuộm người tử trăm năm về phai tóc

nhuộm   ta chạy mù đời   ta chạy tàn   hơi   quy tế trên   đường

rồi   vì vướng chân tóc người ....

người tử trăm năm về ngang trường Luật người tử trăm năm về ngang trường

Luật   ta hỏng tú   tài   ta đợi ngày đi   đau lòng ta muốn

khóc đau lòng ta muốn khóc ....

măng khiến người trăm   năm   đau   khổ ăn

năn   khiến người tên DUYÊN đau khổ muôn   niên .....

1972

THẰNG CUỘI

Lê Thương

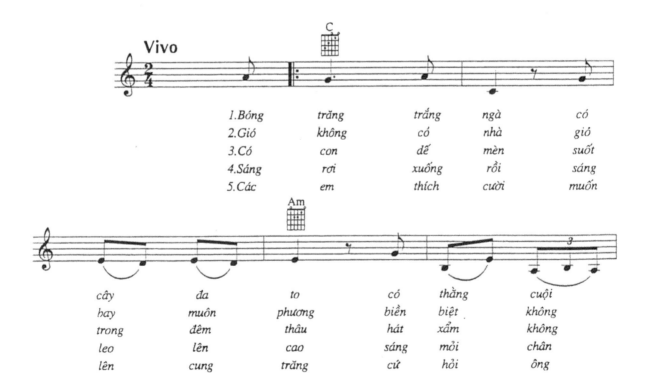

Vivo

C

1. Bóng   trăng   trắng   ngà   có
2. Gió   không   có   nhà   gió
3. Có   con   dế   mèn   suốt
4. Sáng   rơi   xuống   rồi   sáng
5. Các   em   thích   cười   muốn

Am

cây   đa   to   có   thằng   cuội
hay   muôn   phương   biền   biệt   không
trong   đêm   thâu   hát   xẩm   không
leo   lên   cao   sáng   mỏi   chân
lên   cung   trăng   cứ   hỏi   ông

già   ôm   một   mối   mơ.
ngừng   trên   trời   nước   Nam.
tiền   nên   nghèo   xác   xơ.
rồi   sáng   ngồi   xuống   đây.
trời   cho   mượn   cái   thang.

Lặng   yên   ta   nói   cuội
Lặng   nghe   trăng   gió   hỏi
Đền   công   cho   dế   nỉ
Để   yên   cho   sáng   nghỉ
Mười   lăm   tháng   tám   trời

nghe.   Ở   cung   tăng
nhau.   Chị   kia   quê
non.   Trời   cho   ánh
ngơi.   Cùng   nhau   ta
cho.   Một   ông   trăng

mãi   làm   chi.
quán   ở   đâu?
sáng   ngàn   muôn.
hãy   cười   vui.
sáng   thật   to.

Tháng Giêng Và Anh

1986

Thơ : Nguyên Sa
Nhạc : Ngô Thụy Miên

Người yêu nhỏ Hôm nào thì em đến Em mặc áo

xanh hay mặc áo thêu hồng Bầu trời mây ở dưới áng ni

cong Em có muốn anh giữ dùm phân nửa Tháng

giêng và anh vươn vai và mở cửa Trời trên

cao em cũng ở trên cao Tháng giêng cho anh một nụ hoa

đào.   Tháng giêng và anh rủ rhau ngồi dưới phố   Tô   môi

hồng   xin nhớ cánh sen   non   Tháng giêng   chờ một chút lượng xuân

em   Nụ cười   áo anh   chờ xuân vĩnh   viễn   Tháng

giêng   và   anh   rủ   rhau   châm điếu   thuốc   Điếu   thuốc đầu

ngày và điếu thuốc. đầu   năm   Yêu cuộn   tròn   trong   áo trắng mây

qua   Một   góc   trời   âu   yếm khúc Bol - sa

Tháng Sáu Trời Mưa

1984

Thơ : Nguyên Sa
Nhạc : Ngô Thụy Miên

Tháng sáu trời mưa trời mưa không ngớt   Trời không mưa anh cũng lạy trời

mưa   Anh lạy trời mưa phong tỏa đường   về   Và đêm ơi xin cứ dài vô

tận   Đôi mắt em anh xin đừng lo   ngại

Mười ngón tay đừng ta áo mân   mê   Đừng hỏi anh rằng có phải đêm đã

khuya   Đừng hỏi anh rằng có   phải đêm đã   khuya

Da em trắng anh chẳng cần ánh   sáng   Tóc em mềm anh chẳng thiết m

xuân   Trên cuộc   đời sẽ chẳng có giai   nhân

Vì anh gọi tên em là nhan   sắc   Anh sẽ vuốt tóc em cho đêm khuya tròn

giấc   Anh sẽ nâng tay em   cho ngọc sát vào   môi

Anh sẽ nói thầm như gió thoảng trên   vai   Anh sẽ nhớ suốt đời mưa tháng sáu em

ơi   Tháng sáu   trời   mưa   em có   nghe mưa   xuống

Trời không mưa em có lạy trời   mưa   Anh vẫn xin mưa phong tỏa đường

về   Anh vẫn xin mưa phong tỏa đường   em

THÁNG 7 MƯA NGÂU

Nhạc & Lời: PHẠM MẠNH CƯƠNG

Để lòng xa vắng sống trong hoàng hôn   Mưa ngâu nức

nở giọt sầu   lạnh lùng nhỏ xuống ướt đôi bờ môi

Trời làm mưa ngâu đã qua mấy   mùa

Chia ly thuở ấy có mây buồn đưa

Người về phương nao mắt ai chìm sâu,   tháng bảy còn lắm mưa

ngâu,   tình yêu vẫn trọn kiếp sau

THÁNG CHÍN
DÒNG SÔNG

MODERATO   TUẤN KHANH

Tình   đã   xót   xa   nhiều   rồi   mình

đã   trót   yêu   thương   người   giọng   hát   ngất   ngây   tuyệt

vời   rủ   chiều   đơn   côi   ươm   mộng   chung   đôi!   Từ

lúc   dắt   nhau   vào   đời   từng   bước   có   nhau   không

rời   Rồi   tháng   chín   gió   giông   lần   đầu.   Níu   bờ   vai

nhau   bước mau qua cầu!   Mắt em   còn   hoen   ướt mi đêm
Hỡi em dòng sông có thương con

sầu.   Dáng anh còn ngơ ngác duyên cơ   cầu   Từng hạt mưa
dò   tháng năm chờ mong cuốn trôi theo   dòng.   Đời còn mưa

bay   ướt đôi   vai gầy.   Tình càng nồng say chiều
ngâu   ướt hai   mái đầu.   Tình càng đậm sâu chờ

nay!   Dù   gió   bão xô cuộc tình   và
nhau.

có   cách ngăn đôi mình   lòng muốn   nhắn Anh một
Em

lời   "Hỡi người yêu ơi!   nhớ Anh muôn đời."
Em

THANH BÌNH NHẠC KHÚC

Nhạc : **HOÀNG-TRỌNG**

Lời : **ĐINH-SƠN-CẦM**

NHANH VUI

Nhạc xanh xanh gió xanh ngàn : nhuộm áo thế -
tới đô thành ngập ánh mắt

gian Tình tang tang tính cung đàn hòa tiếng hát vang
xanh Bầy chim ríu rít trên cành dìu xuống mái tranh

Tình tang tang tính tang tình Nắng mừng hương trinh thơm lành.
Nhạc reo vang khúc muôn lời Có đoàn người đi bên trời

Thoáng nàng sơn khê bên đình vui cười khúc khích Từ thôn quê.
Áo chàm nhuộm xanh nương đồi . . . .

thành phố buồn

lam phương

slowrock

Thành phố nào Nhớ không em Nơi chúng
nào Nhớ không em Ngày Chúa.

mình tìm phút êm đềm Thành phố nào vừa đi đã mỏi Đường quanh
nhật ngày của riêng mình Thành phố buồn nằm nghe khói tỏa Người lưa

co quyện gốc thông già Chiều đan tay nghe nắng chan hòa Nắng hôn
thửa chim dưới sương mù Quỳ bên em trong góc giáo đường Tiếng kinh

nhẹ làm hồng môi em Mắt em buồn trong sương chiều anh thấy đẹp hơn. Một sáng
cầu đẹp mộng yêu đương Chúa thương tình sẽ cho mình mãi mãi gần ...

Chân thành cảm tạ quí bạn
đã hưởng ứng nồng nhiệt .
Nhạc phẩm "tình bơ vơ"

Giấy phép số 3149 PTU
DV/KBC/KSALP ngày : 13.8.7

... nhau Rồi từ đó vì cách xa duyên tình thêm nhạt nhòa Rồi từ

đó trốn phong ba em làm dâu nhà người Âm thầm anh tiếc thương đời Đau

buồn em khóc chia phôi Anh về gom góp kỷ niệm tìm

vui! Thành phố buồn lắm tơ vương Cơn gió

chiều lạnh buốt tâm hồn và con đường ngày xưa lá đổ Giờ không

em soi² đấ u buồn Giờ không em hoang vắng phố phường Tiếng chuông

chiều chầm chậm thế lương Tiễn đưa người quên núi đồi quên cả tình yêu !

LP60

Nhạc phẩm " **thành phố buồn** " của
Lam Phương do **Sống** xuất bản và
Khai Sáng Độc Quyền Phát hành
91ter kể góc đường CôngLý - Lê Lợi . SAIGON

Thành phố mùa xuân

Trịnh Công Sơn

Intro . . .

Sài - Gòn mùa

Sài - Gòn mùa

THÀNH PHỐ MƯA BAY

Bằng Giang

Có những chiều thành phố mưa bay. Công viên buồn tượng đá cũng buồn. Chân đi tìm tuổi hồng sa mạc nắng. Câu kinh giáo đường ngày tháng trút đau thương. Có những chiều thành phố mưa bay. Thương em gầy giọng hát đêm dài. Nghe hơi thở chạnh lòng khơi niềm nhớ. Môi răn mắt

đỏ   mòn mỏi theo đợi chờ.   Cuộc tình đó   đã khuất xa tầm

tay.   Tiếng hát em còn đây   tơ vương lệ thấm đầy.   Hồn còn

say   men ái ân chiều ấy.   Bóng dáng em còn đây   đã khuất sau trời

mây.   Em đi rồi   thành phố hôm nay.   Mưa giăng

đầy   lạnh buốt đêm ngày.   Em · đi rồi   kỷ niệm yêu còn

đấy.   Em đi mất rồi   còn nhớ chăng tình này.

FINE

Thăng Long
hành khúc ca

Văn Cao

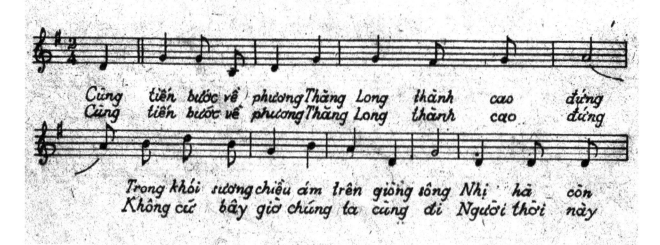

Cùng   tiến bước về phương Thăng Long   thành   cao   đứng
Cùng   tiến bước về phương Thăng Long   thành   cao   đứng

Trong khói sương chiều ám trên giòng sông Nhị hà   còn
Không cứ   bây giờ chúng ta cùng đi Người thời   này

kia Nhị hà còn đó, lũ quân chẳng Tôn sập
qua Dặm đường dù vắng khắp nơi dồn theo đời

cầu trôi đầy sông Tháp đầy gươm thần đâu dưới
tươi vui chờ ta Chúng ta muôn ngàn năm yên

nước biếc có chăng bao người bao lưu luyến tiếc
sống dưới khói mây trên thành đô xứ Bắc ấy

này phường này phố cũ này đường về ô xưa
chiều vàng dần sắp tắt chờ đợi một đêm qua

bóng xưa ngàn năm hồ phai khi lần mơ Thăng Long
Nắng mai bừng lên Dặn chim vang lời ca

thành xưa Thăng Long ngày nao cờ khoe

sắc phấp phới loa vang xa chiêng thu không tiếng bát

ngát trong trống thành. Bao năm qua khắp chốn

cũ cũng đã mất hết tinh anh. Thăng long thành

Ôi Thăng Long Ôi Thăng long Ôi Thăng long ngày

nay Dân chí sống yên vui chờ gió mới bay

về Bao ánh sáng phương tây từ

khắp chốn bay về Ôi Thăng Long Ôi Thăng

long Ôi Thăng long ngày mai Xây đắp dưới vinh

quang bằng chí khí anh hùng Gần xa hò

hét Thăng long Thăng Long Thăng long thành.

Nhạc sĩ Văn Cao
(1923-1995)

THẾ RỒI MỘT MÙA HÈ

Nhạc & Lời: PHẠM MẠNH CƯƠNG

SLOW BOLÉRO ♩ = 85

Thế   rồi   mùa   hè   qua   từ

đấy, tạm biệt nhau ngày ấy, thương nhớ trong tim đầy   Nhớ   hoài miền thùy dưởng nước

xanh, chiều chiều hai đứa   mình ngồi nhìn đợt sóng   nhô Biết   đâu ngày vui sao chóng

tàn, giã từ nhau vội   vàng, phượng tàn trên hè phố   Nhìn   trăng khuya chếch bên mái

lầu,   cánh phượng đã nhạt   mầu,   ép trong lòng tay   sầu   Nhớ   sao

nguôi,   rặng thông tiễn đưa chúng mình một lần   cuối   Tóc   em

bay   chiều theo   gió cuốn, mắt em   u   buồn   Viết   tên

anh và tên em trên cát biển đùa theo sóng Phút chia

tay mình lưu luyến quá để ngày mai biết sao? Thế rồi mùa hè qua từ

đấy, trời vào thu dạo ấy, nghe lá rời vai gầy Mỗi chiều nhìn hoàng hôn bước

êm gọi lòng thương nhớ về, biển rộng lòng nước xanh Có ai đang đứng nhìn sóng

buồn nhớ lại câu tạ từ, hẹn về thăm lần nữa Giờ đây xin nhớ nhau cho

tròn, khắc vào đáy tâm hồn bóng ai một đêm hè

FINE

THỀM CŨ

Trầm Tử Thiêng

Chiều xuống cơn sầu giăng lẻ the. Người đi sương khói quyện chân về. Năm tháng mưa tuôn đau bờ ngõ. Thương lá thu bay vàng ngọn gió. Phiền dớn đau dằng dai nặng nề. Từng kỷ niệm vùi chôn nơi đây. Ngày xưa bên đó phụ bên này. Em xóa thân yêu đêm gặp

gõ Em khẽ buông tay cho tình đò Em giải u sầu trên lối

đi. Từ đôi ba năm thành biền biệt. Người đi không

mong gì trở lại. Dù cho trăm năm đã hứa đến nay coi như là

không. Thoáng nghe nước chảy qua cầu. Rồi bỗng em về trong đêm

nay. Tình xưa qua giấc ngủ mê đầy.

Đầu lối thênh thang đưa người tới. Cho phút say mê quên hờ

dỗi. Buông giấc nghe dài thêm đớn đau.

THIÊN ĐÀNG TÌNH ÁI

Lam Phương

Đường nào vào thiên đàng ái ân. Là đường vào nhịp thở lâng

lâng. Mùa xuân đang đi trong lời yêu mến. Có hoa

vàng phủ đường mòn gót chân mềm. Lạc vào đường xuân tình ngất

ngây. Thả hồn vào cơn gió mê say. Cành

hoa tươi chôn sâu vào giá buốt. Để muôn đời mình còn được yêu nhé

anh.   Yêu   mới   biết   quên   thời   gian.   Khi   biết

yêu   hoa   sẽ   mãi   không   phai   tàn.   Đừng   nghe   tim   rung   say   tìm   hư

ảo.   Không   tim   nào   say   đắm   hơn   em   đâu.

Chờ   một   ngày   pháo   hồng   réo   vui.   Là   đường   về   vắng   bóng   đơn

côi.   Từ   khi   đôi   tim   yêu   được   giải   thoát.   Bức   gông

FINE

xiềng   là   mình   tính   chuyện   trăm   năm..

THIÊN ĐƯỜNG QUẠNH HIU

Ý Thơ: **NGÔ XUÂN HẬU**
Nhạc: **TỪ CÔNG PHỤNG**
1982

Chiều buồn về quát quay ngày tháng xoay mòn giấc mơ Vàng khuya hiu hắt

trên cung đàn đã chùng nhịp đời phôi pha. Em dôi bóng thiên đường vừa khuất khi tàn cơ

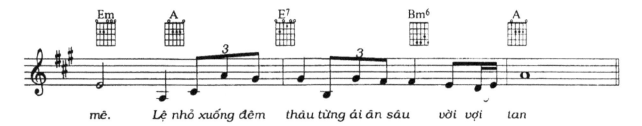

mê. Lệ nhỏ xuống đêm thâu từng ái ân sâu vời vợi tan

Có những điều tôi muốn nói cùng em vời vợi trên cao những điều tôi muốn

hiểu vẫn mù còi vực sâu   Này   em em vẫn biết tình vương nhiều

tội lỗi   Sao cứ bước vào chuốc lấy những thương   đau   Hồn dật dờ bến

xưa buồn vấn vương hoài tháng năm.Nhịp trùng dương xót xa theo đợt sóng dồn dập
gọi tên

ai   Em   dõi bóng thiên đường vừa khuất khi tàn cơn mê. Tình là những cơn

mẹ nhịp bước chênh vênh đời buồn tênh.

THIÊN THAI

Nhạc : VĂN-CAO
Lời : VĂN-CAO & HOÀNG-THOÁI

Lento espressivo

rit.

Tiếng ai hát chiều nay vang lừng trên sóng , Nhớ Lưu-Nguyễn ngày xưa lạc tới Đào-Nguyên. Kia đường lên tiên , kìa nguồn hương duyên theo gió tiếng đàn xao - xuyến Phím tơ lưu- luyến , Mấy cung u huyền . Mấy cung trìu mến như nước reo mạn thuyền . Âm - ba thoáng rung cánh đào rơi Nao nao bầu sương khói phủ quanh trời Lênh - đênh dưới hoa chiếc thuyền lan , Quê- hương dần xa lấp núi ngàn , Bâng - khuâng chèo khua nước Ngọc - Tuyền ; Ai hát trên bờ Đào - Nguyên . Thiên - thai chốn đây Hoa xuân chưa gặp Bướm trần - gian Có một mùa đào dòng ngày tháng chưa tàn qua một

pp

dolce

4

lần ...... Thiên-tiên chúng em xin dâng hai chàng trái đào thơm

Khúc Nghê-Thường này đều cùng múa vui bầy tiên theo đàn ...... Đến

soi trăng êm nhạc lắng tiếng quyên đây đó nỗi lòng mong nhớ . Này

khúc Bồng-Lai là cả một thiên – thu trong tiếng đàn chơi – vơi . Đàn

xui ai quên đời dương-thế, đàn non tiên, đàn khao khát khúc tình duyên . Thiên-

Thai Ánh trăng xanh mơ tan thành suối trần-gian , ... thiên tiên em ngờ

Majestuoso

allegro

phút mê cuồng có một lần Gió bắt trầm tiếng ca Tiếng phách rền lắng

a tempo

xa Nhắc chi ngày xưa đó Đến se buồn lòng ta . Đào-Nguyên trước
Đào-Nguyên trước

— Lưu-Nguyễn quên trần – hoàn Cùng bầy tiên đàn ca bao năm . Nhớ
— Lưu-Nguyễn khi trở về Tìm Đào-Nguyên, Đào-Nguyên nơi nao . Nhưng

1ª   2ª

quê chiều nào xa khơi Chắc không đường về Tiên nữ ơi !
khi chiều tà trăng lên Tiếng ca còn rền trên cõi   tiên .

T. H. 271

Thiệp Hồng Anh Viết Tên Em

Song Ngọc & Hoài Linh

BOLÉRO

Hôm ấy anh đi mình với mình vừa quen, tình nhúm chửa thành
(Anh biết khi) đi là cách biệt người quen mà nhớ nhiều là

tên đôi ta đều biết rằng tình yêu như hình với bóng tình yêu như tờ giấy
em đêm nay trời núi rừng nhịp canh thay bằng tiếng súng nửa trăng nghiêng đồi chếch

trắng như nước êm xuôi giữa giòng. Thì hôm nay người đi nụ
bóng như xé hoang vu núi rừng. Đời chinh nhân mộng mơ bài

hoa yêu vừa hé chỉ xin giữ ân tình mình em nhé sống cho kỳ
thơ chưa đoạn cuối ngày mai chép thêm vần vào em ơi! viết trên th

niệm quá khứ tuy úa mầu tương lai mình gần nhau ; Biên cương không

hồng nét chữ hoa cuối giòng tên em vào được không.

mây xanh mầu lá rừng nơi đây đơn sơ như lòng đường phố

vắng ngày mới đến bâng khuâng giờ vui nếp chinh nhân đôi lúc tuy

buồn nhưng rồi quen Em từ lúc chia ly bè bạn vắng tin

về hôm nay mùa đông mai kia là thu đến dù ngày đêm chinh

chiến vẫn hoài nhớ em. Anh biết khi...

THIẾU-PHỤ NAM-XƯƠNG

(Thể kể chuyện)

THẨM - OÁNH

Andantino

Ai đời còn nhớ chăng ? Xóm Nam-Xương có một nàng Lòng

rall.

trinh muôn đời muôn kiếp, mang xuống tuyền đài cam tức ôm hờn ôi ! đến bao

tan. Từ chồng ra đi chiến tranh phân kỳ, rầu rầu chiếc thân tàn canh soi

rall.

bóng, Ôm con nhớ thương ngợp lòng, chờ ngày khang thái tái lai rực hồng ánh

xuân. Con thơ chiều đêm hoài kêu nhớ cha khi ánh đăng soi mờ bóng

dolce

nhòa. Chỉ bóng tường du dỗ dối con thơ, Rằng: «Đây chính cha đêm tối mới về cùng

con.. Rồi từ đó ánh đèn tàn đêm, Hình nàng In trên vách tường. Con dỡn

rall.

đùa nô bóng cha nhộn nhàng. Nào ngờ đâu vì đó ly tan ! Người

Vivace

cha sau ít lâu hồi hương. Một sáng quang minh chim ngàn kêu đàn, mừng

Sans acc.

mừng tủi tủi mang mang. Nàng bế con ra: «Đây bố đã về cùng con» Thằng bé kêu

(nhanh hơn)

30   rằng: «Không không bố tôi đêm tối mới về, không không bố tôi đêm tối mới

về, không không bố tôi đêm tối mới về. Ôi! đau thương, òi ly

tan! đau đớn cho nhau, chua xót cho nhau, chim thương lìa đàn. Ôi! đau

thương, òi nguy nan! Cuồng ghen sôi máu phũ phàng dày đạp nát tan. Trời

thấu cho lòng thiếp chăng? Trinh chuyển mang oan phụ chàng! Xin

đem thân như hoa tàn trôi đi. trôi khuất, xuôi với nước giòng Hoàng Giang. Bóng đêm

mờ đèn khêu u uất chàng bóng con thơ in bóng lên tường. Thằng bé vui

mừng kêu: «Đây bóng cha đêm tối đã về; đây đây bóng cha đêm tối đã

về, đây đây bóng cha đêm tối đã về». Ôi nghi oan! òi ly

tan, đau đớn cho nhau, chua xót cho nhau chim thương lìa đàn. Ôi nguy

nan, òi đau thương Cuồng ghen sôi máu lỡ rồi tình đà nát

tan! . Bồng con đứng trông theo giòng Hoàng Giang. Tình

oan ngợp mấy u ám, muôn năm mối hờn bao tan nơi cửu

tuyền. Cho đời còn nhớ quên

THƠ NGÂY

LỜI VÀ NHẠC : *Anh - Việt*

Khi ấy em còn thơ ngây,

— Đôi mắt chưa vương lệ sầu . Cười đùa qua muôn ánh

trăng , Đắm xinh đôi môi hồng thắm .

— Em ngắm mây hồng hay giòng nước trong thấy lòng vẩn - vơ như tìm

một bóng ai . Kìa đôi bướm nhởn - nhơ vờn

hoa , Và trong nắng em nhìn đôi chim . Nắng tô bướm

TÁC-GIẢ GIỮ BẢN-QUYỀN
ĐÃ THU-THANH VÀO DĨA HÁT PHILIPS

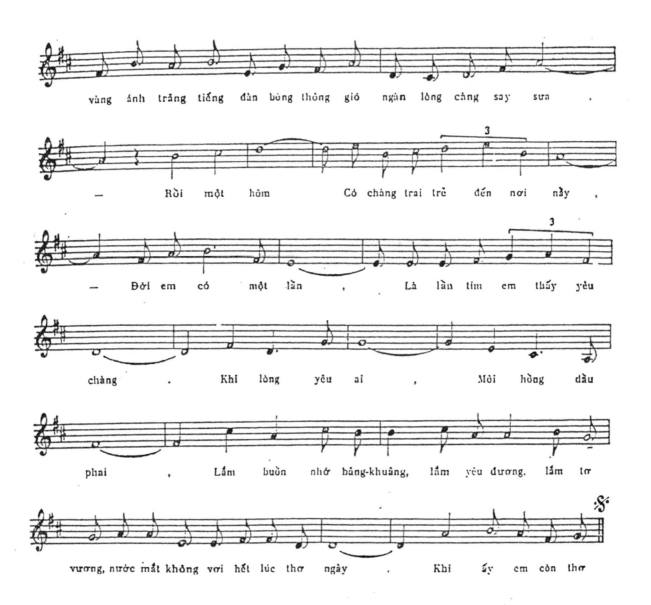

vùng ánh trăng tiếng đàn bóng thông gió ngàn lòng càng say sưa

— Rồi một hôm Có chàng trai trẻ đến nơi nầy,

— Đời em có một lần , Là lần tim em thấy yêu

chàng . Khi lòng yêu ai , Mòi hồng dầu

phai , Lắm buồn nhớ bâng-khuâng, lắm yêu đương, lắm tơ

vương, nước mắt không vơi hết lúc thơ ngày . Khi ấy em còn thơ

NGO VAN THANG
2 bis, rue Pierre Brossolette
92 - ISSY-les-MOULINEAUX

T. H. 232

THOI TƠ

Đức Quỳnh

Em lo gì trời gió.
Thơ anh làm em hát.

Em lo gì trời mưa.   Em lo
Tơ em dệt anh may.   Ta xây

gì mùa Hè.   Em tiếc gì mùa
đời bằng mộng.   Như tiếng rập con

Thu   Em cứ yêu đời đi.
thoi.   Ta cứ yêu đời đi.

Như   lúc   em   còn   thơ.
Như   lúc   ta   còn   thơ.

Rồi   để   anh   làm   thơ.   Và   để
Rồi   để   anh   làm   thơ.   Và   để

FINE

em   dệt   tơ.   Tơ   dệt   xong   may
em   dệt   tơ.

áo.   Áo   anh   và   áo   em.   Thiếu   tơ   nàng   se

thêm.

THƠ : NGUYỄN-LONG — NHẠC : Y-VÂN

VERY SLOW

Thôi em đừng khóc nữa làm gì   kỷ niệm

sầu ân tình cũ xa xưa   Thôi   em đừng khóc,   em đừng

khóc, đừng khóc nữa giọt lệ   sầu   làm sao xóa hết tâm   tư

Thôi em đừng tới nữa làm gì,   đừng để   lòng se lại khúc yêu

dương.   Thôi em đừng tiếc, em đừng   tiếc, đừng tiếc nữa đừng để

lòng anh trở lại kiếp u buồn Ôi cuộc đời đầy phong

ba giữa lòng người Lệ sầu chia ly buồn tê tái

Ly rượu này đầy thương đau tấm hình hài Thu man mác buồn mùa thu

ơi ! Thôi em đừng nhắc nữa làm gì Từng nẻo

đường in hình bóng chung đôi Thôi em đừng nhớ, em đừng

nhớ, đừng nhớ nữa chuyện của mình kiếp này đành lỡ duyên rồi

DỂ HẾT

Thôi thôi bờ vai đừng rung động Đã hết rồi còn

khóc nữa chi... em . . . .

Thôi, Anh Hãy Về

Nguyễn Ngọc Thiện

Thôi anh hãy về Mối duyên mình nhạt nhòa như khói
(Em đâu có) ngờ Mối duyên đầu tựa như chiếc lá

mây Thôi anh cứ đi Để em lại một mình trong xót
thu Xoay trong bão dông ngỡ duyên mình được đời chắp cánh

xa Chiều buồn qua mau bóng tối vây quanh mù
bay Tình sao chua xót nhức nhối trong em từng

khơi Ngồi ôm thương nhớ nghe con tim em lạnh
đêm Ừ, thôi em...

giá. Em đâu có... ...nhé Ta chia tay nhau từ

đây. Nghe đêm đang thở dài Tình

trao   nay   xa   thật   rồi   Biết   không   người   dòng   lệ   trào   trên   mắt

,   ai   Xưa   qua   bao   phố   quen   Từng   nhịp

chân   vui   khi   có   nhau   Để   bây   giờ   còn   bước   em   cô   đơn   lạc

loài.   Thôi   anh   hãy   về   Cứ   yên   lòng   rồi   dông   tố

qua   Em   mong   tháng   năm   sẽ   chôn   vùi   tình   đầu   tiên   khó

quên   Chờ   cơn   dông   đến   xóa   hết   nỗi   đau   triền

miên   Ừ,   thôi   anh   nhé   ta   chia   tay   nhau   từ   đây.

Thôi Em , Lau Giọt Lệ Tràn

Thơ : Trần Văn Giang Nhạc : Vũ Đức Nghiêm

Em về có nhớ ta không Trăng khuya ngọn trúc còn hong nét buồn. Thoảng nghe gió trách mây hờn Trời cao xanh biết ai lòng ngổn ngang Ừ trong tình cũ mơ màng Mong làm chim én bay sang nguyệt lầu má em thôi hết u sầu. Chiều xuân đọng lại trên mầu áo em. hỏi em còn nhớ hay quên, Mộng theo lối cũ mơ tìm người xưa. Em đi áo mỏng môi thừa. Ta về nhặt nắng sang mùa gửi em. Ngọn đèn khuya thắp thâu đêm Nhớ em thềm vắng ngập thềm lá vàng. Thôi em lau giọt lệ tràn, Tình ta một cõi mây ngàn riêng em. Thôi em lau giọt lệ tràn, Tình ta một cõi mây ngàn riêng em.

Nhạc sĩ Vũ Đức Nghiêm
(1930-2017)

NGUYỄN VĂN KHÁNH

THU CA

Nhạc & Lời: PHẠM MẠNH CƯƠNG

Lạnh lùng sương rời heo may, buồn ngỏ ngác bóng chim bay, mây tím giăng sầu đó đây. Ngày đi chiều mang sầu tới làn sương chiều thu lả lơi, tiếng mưa rời đều trên lối. Chiều về gieo thương với nhớ, lòng người lữ thứ bơ vơ, nghe lá hoa rụng xác xơ. Chiều thu về đây lạnh lẽo, mà sương chiều rời hắt hiu, gió xa đưa nhẹ tiếng tiêu. Nhớ ai chiều thu Nhìn bao lá úa rời đầy lối Nhẹ rung tà áo Làn môi cười thắm như cánh hoa đào. Cách xa vì đâu!

Dù bao lần lá hoa phai mầu. Rung chi cành hoa

lá! Khi tà dưởng đã khuất non xa.

Mầu chiều thu reo lá úa buồn se sắt nhỗ thu

xưa, tôi biết em chiều gió mưa. Người đi về đâu ngàn

lối, mầu hoa chiều thu úa phai, xót xa cho lòng tê tái.

Ngập ngừng sưởng rỏi non xa Chiều thu giăng lưởi cô

đởn, nghe tiếng mưa sầu chứa chan. Mà bóng chiều phai vì

đâu? Mờ xóa tình quen biết nhau, nhắc chi cho lòng dồn đau

thu ca điệu ru đơn

PHẠM DUY soạn

PHẠM DUY soạn

Mùa

Thu nức nở (ơ ớ) Tiếng thở (ơ ơ ơ) dài Tiếng vĩ

cầm Buồn ơi! Mùa Thu ơi! Lòng ta khốn khổ (ô ồ) Với

mỏi (i i i) mòn Tiếng Thu buồn Buồn ru điệu ru đơn.. Nghẹn

ngào tê tái! Nghẹn ngào tê tái! Khi giờ đã điểm (i i) Ta

ngồi ta nhớ Những ngày nào xưa! Những ngày nào xưa! Và ta

khóc lóc... Và ta khóc lóc... Mùa Thu nức nở (ơ ớ) Tiếng

thở (ơ ơ ơ) dài Tiếng vĩ cầm Buồn ơi! Mùa Thu ơi! Lòng

ta khốn khổ (ò ỏ) Với mỏi (i i i) mòn Tiếng Thu buồn Buồn ru điệu ru

đơn ... Ta đi Rồi ta đi theo ngọn gió ... ta đi Ta

đi theo ngọn gió xấu ... Cuốn ta đi! Trôi dạt đây đó! Trôi

dạt đây đó! Như chiếc lá mùa Thu Lá chết vàng khô ... Mùa

Thu nức nở (ơ ỏ) Tiếng thở (ơ ơ ơ) dài Tiếng vĩ cầm buồn ơi Mùa Thu

ơi! Lòng ta khốn khổ (ô ỏ) Với mỏi (i i i) mòn Tiếng Thu

buồn Buồn ru điệu ru đơn! Tiếng Thu

buồn' Buồn ru điệu ru đơn! Tiếng Thu

1970

Thu hát cho người

Nhạc và lời : *VŨ ĐỨC SAO BIỂN*

Dòng sông nào đưa người tình đi biển biệt. Mùa thu nào cho người về thăm bến xưa. Hoàng hạc bay bay mãi bỏ trời mơ. Về đồi sim ta nhớ người vô bờ. Ta vẫn chờ em dưới gốc sim già đó. Để hái dâng người một đóa đẫm tương tư. Đêm nguyệt cầm ta gọi em trong gió. Sáng linh lan hồn ta khóc bao giờ. Ta vẫn chờ em trên bao la đồi nương trong mênh mông chiều sương. Giữa thu vàng bên đồi sim trái chín. Một mình ta ngồi hát tuổi thơ bay. Thời gian nào trôi bềnh bồng trên phận người. Biệt ly nào không muộn phiền trên dấu môi. Mùa vàng lên biêng biếc bóng chiều rơi. Nhạc hoài mong ta hát vì xa người. Thu hát cho người. Thu hát cho người Người yêu ơi!

Nhạc Sĩ Vũ Đức Sao Biển

THU QUA

Lời của CÔNG - NGUYÊN

Nhạc của HOÀNG - TRỌNG

1. — Một chiều thu qua nay còn vương ——
2. — Nhạc lòng năm xưa nay còn vương ——

Đường chừng hoang mang trong màn sương —— Êm lắng mơ buông bao tiếng
Rừng chiều xưa kia nay tàn hương —— Suối vắng thông reo men góc

đan ——— Thu qua lòng vấn bao duyên thắm ——— Từ ngày ai ra đi sầu
đời ——— Sương sa chìm bóng thu tàn rồi — Trạnh lòng bâng khuâng tâm hồn

bi ——— Cùng hồn thu qua mang buồn chi —— Hát khúc chia ly tơ rưt
say —— Trầm trầm tơ rung theo chiều may — Trước gió thu xưa nơi chốn

tâm ——— So cung tơ chờ ạ phút làm ly ———
này ——— Đời chim lạc bầy cánh phơi sương ——— Mang

theo bóng thu bao chiều thu   tàn — — — — — Lan

theo gió sương mây trời   xa   với — — — — — Mang

bao giấc mơ tráng sầu bên   ngàn — — — — — Tan

theo tiếng chuông lững lờ thoảng hơi sương — — — — Hồn cầm ngàn tiếng ru than tiếc

thu — Buồn thương cho đôi lứa   Ngâu khóc vì   đâu ? — — — — — —

Trời bày chi éo   le   xây bến   Ngân-Châu buông rơi se đôi lòng có một lần — —

— — — — — Thu   nay đã qua ôi tàn bao mơ vàng — —

Thu   qua cuốn theo bao làn gió heo   may — — — — —

Tình khúc "THU QUA" do HOÀNG-TRỌNG sáng tác năm 1944 tại Ninh-Bình với lời ca của CÔNG-NGUYÊN. Bài này đã do nhà xuất bản Hương Mộc Lan Sài-Gòn ấn hành lần thứ nhất năm 1949.

THU QUYẾN RŨ

Từ Linh

Slow

Introduction:

Anh mong chờ mùa thu. Trời đất kia ngả màu xanh lơ.

Đàn bướm kia đùa vui trên muôn hoa. Bên những bông hồng đẹp xinh.

Anh mong chờ mùa thu. Dìu thế nhân dần vào chốn Thiên thai.

Và cánh chim ngập ngừng không muốn bay. Mùa thu quyến rũ anh rồi.

Mây bay về đây cuối trời. Mưa rơi làm rung lá cành.

Duyên ta từ đây lỡ làng. Còn đâu những chiều dệt cung đàn yêu.

Thu nay vì đâu nhớ nhiều. Thu nay vì đâu tiếc nhiều.

Đêm đêm nhìn cây trút lá lòng thấy rộn ràng ngỡ bóng ai về.

Anh mong chờ mùa thu. Tà áo xanh nào về với giấc mơ.

Màu áo xanh là màu anh trót yêu. Người mơ không đến bao giờ.

thutimlavang

Vân - Tùng

Slow Rock

Lá   rơi chiều thu gieo nhiều thương nhớ.   Ngày nào anh đi cho trọn ước

nguyền .   Chiều tàn mưa thu lạnh buốt tim   tôi, ngồi nhìn hoàng-hôn vào tối, xót - xa duyên tình hai

Lá   thu vàng rơi mang tình yêu   tới .   Nụ cười thơ-ngây nay đã   héo

tàn .   Từ ngày anh đi chinh-chiến quan-san, bồi-hồi mình em một bóng, buồn theo Thu Tim Lá

Kiểm duyệt số 3710/XB ngày 17 - 12 - 64

Vàng .   Đếm những lá   rơi, anh đi đã mấy thu   rồi, một hình bóng ấy   nhớ

hoài   suốt   đời .   Chờ một ngày   mai đường về cùng chung hướng

Sans acc....

đời mình thương yêu nhau tình   như giòng   suối .   Nhớ thương người đi khi mùa thu

A Tº

đến .   Một mùa chia-phôi mang một nỗi   buồn .   Nhịp cầu phân-ly Chức-Nữ Ngưu-

FINE

Lang tìm   về người yêu chẳng   thấy, THU TÍM LÁ VÀNG từ   đây !

. THU TÍM LÁ VÀNG . CỦA VĂN - TÙNG
ẤN . PHẨM SỐ 23 CỦA TẬP « 1001 BÀI CA HAY »
DO TÁC - GIẢ XUẤT - BẢN VÀ GIỮ BẢN - QUYỀN

23

THU TRÊN ĐẢO KINH CHÂU

Nhạc và Lời: LÊ THƯƠNG

Graioso

I— Đàn chim bay thiết tha trên núi cao miền xa. Mang
II— Ngày nay cúc đẫm thâu, hoa héo khô vì đâu. Chim

theo những nỗi buồn mộng mơ nguồn thảm sầu đã qua. Khi ta
oanh nhắc tiếng một vài câu để thương đời cúc thâu. Sông Kinh

đi liễu đang còn xanh lá. Trong đám cây oanh hót vài lời
Châu có con bướm trắng. Gió thu mang người biệt

ca để chồng đám   hoa.
ly vào cành sầu đó thăng.

Hồn thu theo gió đến ngọn núi chót cao cạnh mây. Gió đưa hồn

thu xuống cây. Bao lá rơi để gió thu cuốn đi.

Nhạc sĩ Lê Thương
(1914-1996)

Thu Trong Mắt Em

1995

Nhạc & Lời : Ngô Thụy Miên

về cho mình giăng hẹn hò Gọi tên nhau khi chiều đến Mây

Thu vấn vương đan ngập lối đi Ái ân theo hồn vút cao Vết mơ tình xõa tay

mềm Rồi một mùa Thu nữa theo mắt em về trong nắng Chuyện mình xin quên

lãng cho bước chân dù cay đắng Chuyện mùa thu năm ấy hãy xin ghi vào giấc

mơ Thu đi cho lá thôi về đêm bước đông nghe buồn hơn

Tặng Hà-Nội của những ngày ấu thơ.

THU VÀNG

Từ - nhạc : *CUNG TIẾN*

K.D. SỐ : 1574/BTT/PC3/XB
NGÀY 16-4-1969

Bản **THU VÀNG** của **CUNG TIẾN**
do tác giả xuất-bản và giữ bản quyền

màu la' còn tươi. Nghe chừng như đây màu tô vai ...

Chiều hôm qua lang thang trên đường. Nhớ nhớ buồn buồn với chán chường. Chiều hôm nay trời nhiều mây vương. Cớ mùa Thu vàng bao nhiêu là hương

Nhạc sĩ Cung Tiến

THU VỀ TRONG MẮT EM

Nhạc & Lời: PHẠM MẠNH CƯƠNG

SLOW ROCK ♩ = 70

Trong mắt em mùa thu về đây

Nghe nhớ thương nặng trĩu vai gầy Làn mây tím đọng buồn đôi

mi, heo may gợi sầu chia ly, nhắc ai xuôi ngoài vạn lý.

Đôi mắt em buồn vương mùa thu Xa vắng như một giải Ngân

Hà. Cầu Ô thước giọt lệ Chức Nữ khóc than tình chàng Ngưu

Lang gió thu khởi động buồn thêm. Qua mấy năm

tròn đợi chờ. làm cho mắt hoen lệ mờ

Dĩ vãng đã chìm vào đời Tựa dòng sông vắng nước tuôn về

khơi Theo bóng mây thời gian dần trôi.

Em nhớ ai giờ cách xa rồi.

Chiều thu đến gợi sầu tiếc nhớ, biết bao kỷ niệm xa

xưa, mắt em tan vào mùa thu

THÚ ĐAU THƯƠNG

Thơ LƯU TRỌNG LƯ
PHẠM DUY soạn thành ca khúc

MODERATO — XÓT XA

Tình đã len trong màu nắng mới... Lòng anh buồn vời

vợi em ơi! Niềm ái ân rung động trên môi... Tình đâu khôn

lựa nên lời thắm tươi! Đã héo lắm nụ cười trong

mộng! Đã mờ dần hình bóng thân yêu! Đã lam tím

cả cảnh chiều! Trong hồn lặng đã hiu hiu mộng tàn...

...Đè gối chăn nằm yên chốn cũ... Hãy lịm người trong thú đau

thương . . . . Tình đã không một lần nữa tới !

Nhìn nhau buồn vời vợi em ơi ! Rượu ái ân em cạn trên môi !

Lệ anh xin nhỏ nên lời đắng cay ! Hãy xếp lại muôn

vàn ân ái ! Đừng thương nhau ! Đừng ái ngại nhau !

Thuyền yêu không ghé bến sầu ... Như đêm thiếu phụ bên lầu không

trăng ... Thành kiếp sao còn bàng mãi mãi ...

Đè lòng buồn mãi mãi không thôi ! . . . .

1960-

THƯ CHO VỢ HIỀN

SONG NGỌC

Sáng tác : SONG NGỌC
thu dĩa : VIỆT-NAM
ca sĩ : CHẾ-LINH
bàn nhạc : Y-VÂN

HABANERA

Tôi ở đơn vị   xa.   Đã   lâu không về
(Hoa nở trên cành)   mai   Biết Xuân nay lại

nhà   Khu   chiến từng quen   tên. thu   nằm nơi trận
về   Bên   chiến hào đồn   xa mua   quà Xuân chẳng

tuyến, Xuân   trấn ngoài ven   biển.   Thư   muốn gởi về   em.
có, anh   đã vội biền   thư   Thư biết em chẳng   được

Chắc   em không nhận   được   Vì quê nghèo xa   quá đâu   có người mang
Vẫn   ghi cho đẹp   tình   Mùa Xuân này không   đến cho   chúng mình bên

Số K.D. 5217/BTT/NB/CP/NT
ngày 5-12-1969

TÁC GIẢ XUẤT BẢN
BẢN QUYỀN TỈNH CA HAI   MƯƠI

thư, anh biết mình lo âu. Ngày đó anh còn
nhau, thư viết : «hẹn Xuân sau. HẾT»

nhớ buổi đăng trình em bồng con đứng nhìn Ngoài

kia trống giục quân reo bao lớp trai anh hùng, đã tìm ra chiến

trường. Còn nhớ con mình ngày đó tháng chưa

tròn anh đặt tên chúng mình Giờ con biết đọc hay

chưa ? Hay nhắc tên Ba hoài để em nhớ thương thêm. Hoa nở trên cành...

ĐÃ PHÁT HÀNH TRONG THÁNG 4/70 :
KỶ NIỆM MỘT MÙA HÈ
Sáng tác mới của **HÀN SINH**
NGƯỜI NỮ ĐỒNG ĐỘI
Sáng tác mới của **SONG NGỌC**

16

Thư Đô Thị

Song Ngọc

SLOW RUMBA

Từ khi nhận được tin anh rời đô thị tôi đã nghe

(Tờ thư mầu mực) xanh viết từ đô thị đôi nét tâm

buồn về rơi trong lòng phố từng đêm mưa hắt hiu bên thềm nhớ

tình gửi anh trai tiền tuyến cầu mong mưa gió nơi núi rừng chang

bước anh ngày cũ mỗi lần đến Chiều thứ tám hẹn chung g

rét thân người lính say cuộc chiến Chiều thứ tám của tươn g

đòi cho trọn nhau nụ cười giấy học trò thư xanh gói tâm tư nhiều

lại xin nở hoa lòng trời phố nhỏ ngày xa xưa đón chinh nhân trở

FINE

lời tình mình chưa kịp nói anh giả từ cuộc vui   Ở đây chiều

lại chuyện mình vui đoạn cuối đêm chẳng tàn người   ơi.

nay   mưa   đô thị nằm im chẳng   nói   nhớ nhớ thương

thương về biên giới nhắc tên anh mà   thôi   Ở đây trời

hay   mơ   cô học trò xinh nhỏ   bé   đếm bước kinh

đô   về nẻo phố hẹn lòng sẽ mong   chờ.   Tờ thư màu mực...

THƯ NGƯỜI CHIẾN BINH

NGUYÊN DIỆU VÀ NGUYÊN ĐÀM

BALAO

Giờ chia tay tôi ra chốn
«Giờ chia» tay tôi say chốn

biên cương anh đi sa trường   Tình đôi mươi đời vui với
biên cương anh vui sa trường   Hẹn mùa xuân về vui giữa

phong sương lãng quên ngày tháng.   Đường lên non chim ca với
thôn trang cắm hoa đầu súng.   Tình đôi mươi xin đem hiến

ẤN PHẨM CỦA DIÊN - HỒNG XUẤT BẢN
66 ĐẠI LỘ LÊ - LỢI - SAIGON

CẤM TẤT CẢ MỌI SỰ IN LẠI, NẾU CẦN
XIN THƯƠNG LƯỢNG VỚI NHÀ XUẤT BẢN

mây vương nhớ câu tương phùng   Một ngày mai đời như cánh

quê hương mến thương khôn lường   Ngày gặp nhau ngày vui khắp

Hết

chim bay đến nơi nào đây ?   Nhớ lúc chiến tuyến những đêm nhìn

quê hương ấm no làng thôn

trăng lên trên đồi hoa sim   Kề chung

ba lô nằm kênh giữa rừng già chuyện trò vu vơ

Tiếc nhớ biết mấy nhớ khi mình chia tay bao giờ gặp

đây   Anh đưa hoa sim cài lên áo

bạn mình miệng cười an lành   Giã chia

NHẠC PHẨM THƯ NGƯỜI CHIẾN BINH CỦA NGUYÊN DIỆU VA NGUYÊN ĐÀM DO DIỄN -HỒNG XUẤT BẢN GIỮ
BẢN QUYỀN VIÊN KHOÁ 1959 1960 NGOẢI NHUNG BẢN THƯỜNG CÒN IN THÊM 50 BẢN ĐỀ TẶNG

THUNG LŨNG HỒNG

Nhạc & Lời: PHẠM MẠNH CƯƠNG

BOSTON ♩ = 75

Gọi gió lên thung lũng hồng mây trôi bềnh bồng Hạt nắng lung linh tím dần, mênh mông thu vàng Còn đó! Em yêu dỗi hờn long lanh lệ buồn Còn đó sương vây kín đầy, cho tình ngất ngây Tình xa trên thung lũng hồng Tình nhỏ trên thung lũng hồng, ngàn sau rồi sẽ khóc thầm Tình yêu vụt theo lời gió Tình xa trên thung lũng buồn, tình nhỏ trên thung lũng buồn Ngàn

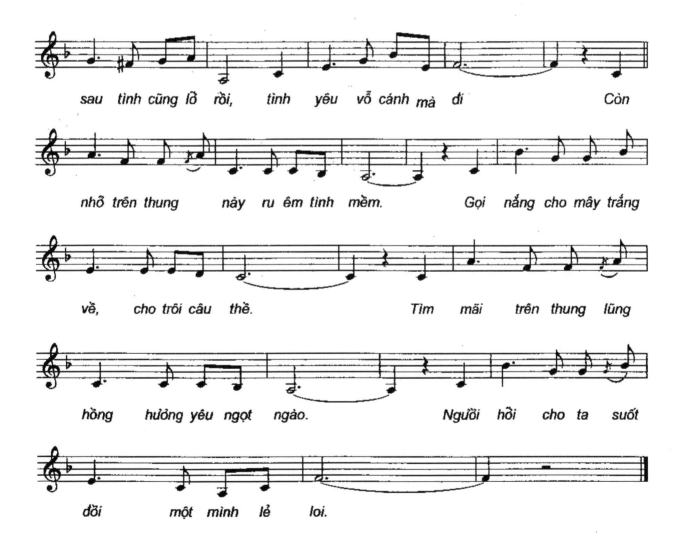

sau tình cũng lỡ rồi,   tình   yêu   vỗ cánh mà   đi   Còn

nhỗ trên thung   này   ru êm tình mềm.   Gọi   nắng cho mây trắng

về,   cho trôi câu   thề.   Tìm   mãi   trên thung   lũng

hồng   hưởng yêu ngọt   ngào.   Người   hỡi   cho ta   suốt

đời   một   mình   lẻ   loi.

THUở Ấy Có Em

SlowRock   *Huỳnh Anh*

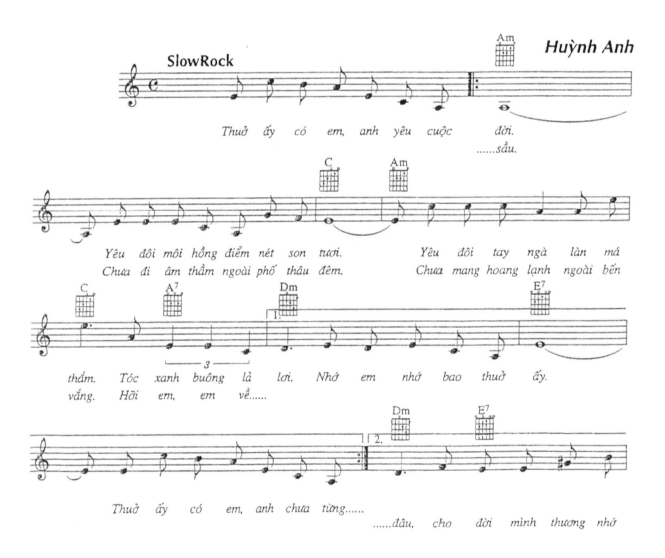

Thuở ấy có em, anh yêu cuộc đời. ......sầu.

Yêu đôi môi hồng điểm nét son tươi.   Yêu đôi tay ngà làn má
Chưa đi âm thầm ngoài phố thâu đêm.   Chưa mang hoang lạnh ngoài bến

thắm. Tóc xanh buông lả lơi. Nhớ em nhớ bao thuở ấy.
vắng. Hỡi em, em về......

Thuở ấy có em, anh chưa từng......   ......đâu, cho đời mình thương nhớ

nhau.   Em dần xa mãi ngày đi buồn không

nói dù một câu cho vơi nhớ.   Hay là chua xót nên em nghẹn

lời.   Mái lầu kia thiếu trăng, cõi lòng anh thiếu em.

      Từ lúc vắng em nên anh thường buồn.   Hay đi âm thầm ngoài ngõ không

tên.   Hay ghi câu nhạc tình héo hắt với tâm tư sầu

đau kể từ ngày xa cách nhau.

THUỞ BAN ĐẦU

Phạm Đình Chương

Sao không thấy em lại, để cùng anh thẫn
......khuâng lúc em cười, kìa ngàn cây ngẩn

thơ. Trước sân trăng vòi vọi, để rồi cùng ước
ngơ. Sáng trăng xanh khung trời, dặt dìu nhạc với

mơ. Sao không thấy em lại, hàng dừa nghiêng thương
thơ. Nhưng không thấy em lại, hàng thùy dương chếch

nhớ.   Và   khúc   ân   tình   hát   trao   về   đâu?
bóng.   Và   lũ   hoa   thầm   khép   hương   chờ   mong.

Ôi!   Đẹp   sao   là   thuở   ban

đầu.   Chìm   sâu   đáy   mắt   một   màu   xanh

khơi.   Niềm   thương   không   nói   nên   lời.

Chỉ   nghe   xao   xuyến   một   trời   bâng   khuâng.   Bâng......

THUỞ BỐNG LÀ NGƯỜI

Trịnh Công Sơn

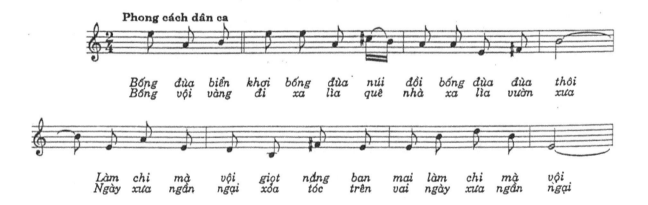

Phong cách dân ca

Bống đùa biển khơi bống đùa núi đồi bống đùa đùa thôi
Bống vội vàng đi xa lìa quê nhà xa lìa vườn xưa

Làm chi mà vội giọt nắng ban mai làm chi mà vội
Ngày xưa ngần ngại xóa tóc trên vai ngày xưa ngần ngại

Em đi bóng về em về bóng đi Làm chi mà
Hư vô. bóng về câu thề đã bay Trời như nhỏ

vội
lại
Đừng buồn gió ơi ơi
Đừng buồn suối ơi ơi

Đừng buồn gió ơi ơi Gió ngủ ở đâu bóng ngủ nơi
Đừng buồn núi ơi ơi Nắng vàng ở đâu bóng về nơi

nào Có còn bờ ao trăng về thuở
nào Vó ngựa tình sâu đất hồng nỗi

ấy Thuở bóng là người.
nhớ Tình bóng nhạt nhòa.

THUỞ EM HỜN TỦI

Trầm Tử Thiêng

BAO DUNG

Anh xin em gục mặt trong lòng
(Sao em) không dịu ngọt ca vài

bàn tay anh, khóc thật nhiều. Người yêu vừa quên em Ai xui
lời yêu đương lúc trời chiều nhìn chim dìu mây bay. Cho anh

em vụng dại bỏ nụ cười thẹn thuồng. Lầm lũi
quên nặng nhọc của một ngày đợi chờ. để cuối

đi vào đời với dáng đau thương. Như con
đêm gặp người giữa lúc bơ vơ.. Dang tay

Thương Ai ? Nhớ Ai ?

Phạm Duy

G.P. số 4054-BTT/PHNT
ngày 30 - 10 - 72

em trích dịch, in lại
dưới mọi hình thức

THƯƠNG ANH

Y Vân

ChaChaCha

Non sông chờ sức trai xây đắp. Đi
...đi vừa lúc xuân tươi thắm. Qua

lên người chiến binh đất nước. Thương anh gió mát trên đường
bao ngày tắm mưa phơi nắng. Thương anh tiếng hát trên đồng

xa, ánh nắng soi đường đi những lối xa xa
quê, với tiếng ca thành...

mờ. Ra... ...đô đón bước chân người đi. Bước chân anh

đi   qua   núi   đồi   mịt   mờ.   Tiếng   ca   nương   theo   lưng   gió   chiều   dật

dờ.   Bóng   anh   in   trên   thôn   xóm   cùng   rừng   già.   Nỗi   vui   chưa

tan   câu   hát   còn   nhịp   hòa.   Thương   anh   dù   biết   hay   không

biết.   Thương   anh   vì   bước   đi   chung   bước.   Thương

anh   chí   hướng   ta   cùng   xây.   Hãy   sánh   vai   kề

vai   quyết   đắp   xây   ngày   mai.

CÔ TÚY HỒNG

CHÚT TÌNH , THƯƠNG GỬI NGÀN HOA
THỦ ĐÔ 33
L . D .

THƯƠNG
ĐỜI HOA

NHẠC VÀ LỜI : LÊ DINH

Héo trước trăm hoa , hoa bạc mệnh
Đang xuân dễ khỏi thấy xuân tàn
Chúa xuân vì biết tình hoa thế
Xin kiếp sau đừng nở thế - gian

J . LEIBA

TANGO HABANERA

NHẠC MỞ ĐẦU . . . .

Buồn viết nên bài

ca   vì nhớ thương đời   hoa.   Mặn mà thay lúc

ẤN PHẨM CỦA CIÉN - HỒNG XUẤT BẢN
110-4 ĐẠI - LỘ LÊ - LỢI SAIGON   In lần thứ ba   CẤM TẤT CẢ MỌI SỰ IN LẠI , NẾU CẦN
PHẢI THƯƠNG LƯỢNG VỚI NHA XUẤT BẢN

àu dịu dang khoe sắc màu nhìn giòng đời vui biết bao

Ngày ấy nay còn đâu vì xác hoa tàn mau

Ngại ngùng hoa biếng cười vì đài hoa úa rồi mà thời gian lạnh lùng

trôi thôi nhé hoa ơi, buồn chi cho duyên kiếp, mau héo úa tả

tơi. tháng năm dần trôi thương cánh hoa lẻ loi. u buồn dâng khắp

trời, kiếp hoa tàn rồi. Vì nhớ thương đời hoa mà viết nên bài

ca. Dù rằng năm tháng dài, một lòng thương nhớ hoài, tình này không hề lạt

phai buồn viết nên bài.... phai.

THƯƠNG HOÀI NGÀN NĂM

Nhạc & Lời: PHẠM MẠNH CƯƠNG

SLOW ROCK

Ngàn năm thương hoài một bóng người thôi

Tình đã khởi rồi mộng khó nhạt phai Trăng khuyết rồi có khi

đầy,   ngăn cách rồi cũng sum vầy,   mây bay bay hoài ngàn năm

Lòng như con thuyền đỗ bến tình yêu Ngại gió mưa chiều thuyền vẫn còn

neo   Ai đó dù có hững hờ,   ai đó dù đã âm

thầm   ra đi ôm trọn   niềm thương   Thương hoài,   ôi

ngàn năm   còn đó!   Đá mòn   mà tình có   mòn đâu?

Tình đầu   là   tình cuối người ơi!   Suốt đời   mình

nguyện cầu lứa đôi   Thời gian âm thầm như nước về khơi

Lòng trót yêu người tình khó đổi thay   Hoa thắm rồi có khi

tàn, tình ấy chỉ đến một lần, tâm tư thương hoài ngàn   năm.

THƯƠNG MỘT NGƯỜI

Thương ai về ngõ tối. Sương rơi ướt đôi môi. Thương ai buồn kiếp đời. Lạnh lùng ánh sao rơi. Thương ai về ngõ tối. Bao nhiêu lá rơi rơi. Thương ai cười không nói. Ngập ngừng lá hôn vai. Thương nụ cười và mái tóc buông lơi. Mùa thu úa trên môi. Từng

đêm   qua   ngõ   tối.   Bàn   chân   âm   thầm   nói.   Lặng   nghe   gió   đêm

nay.   Ngại   buốt   quá   đôi   vai.   Bờ   vai   như   giấy   mới.   Sợ

nghiêng   hết   tình   tôi.   Thương   ai   về   xóm   vắng.   Đêm

nay   thiếu   ánh   trăng.   Đôi   vai   gầy   ướt   mềm.   Người

lạnh   lắm   hay   không?   Thương   ai   màu   áo   trắng.   Trong   như   ánh   sao

FINE

băng.   Thương   ai   cười   trong   nắng.   Ngại   ngùng   áng   mây   tan.

THƯƠNG NGƯỜI NHƯ THỂ THƯƠNG THÂN

Vũ Thành An

Thương người như thể thương thân. Thương người như thể thương thân. Xin ai hạnh phúc dư đầy chia cho người quá đau khổ một miếng cơm một tấm áo. Mai rồi cũng phải ra đi, lâu rồi cũng phải đi thôi. Bao năm chỉ sống cho mình xuôi tay rồi chẳng còn gì cũng đành về với tay không. Một trăm năm là kiếp người, khổ đau kia luôn chồng chất. cùng xẻ chia một chút tình, một chút tình ấm lòng nhau. Tâm hồn sẽ rộng mênh mông khi mình biết mở tay ôm. Ôm ai nghèo khó cơ hàn, thương ai sầu khổ hơn mình người biết ơn Trời thưởng công.

Nhạc sĩ Vũ Thành An

thương nhau
ngày mưa

NGUYỄN TRUNG CANG

Khi mặt trời vắng bóng Khi lời nguyền khuất lấp Nghe lạc

loài kiếp sống sao mỏi mong ! Như giọt buồn nước mắt Mưa ngại ngùng héo hắt thương người

về buốt giá trên đường xa ! Bao là tình thắm thiết Cho giờ này nuối tiếc thương nhiều

rồi Cũng cách xa mà thôi! Mưa từng ngày thiết tha Mưa bàng hoàng xót xa Còn mưa

mai giữa bơ vơ đắm trong mơ Như mưa ngày nào thấm ướt vai

em Như mưa ngày nào khuất lấp sao đêm thương em ngày nào khóc ướt môi mềm !

Thương nhau thật nhiều, biết mấy tin yêu Cho nhau trọn tình Dẫu có điều

linh Xa nhau trọn đời Vẫn nhớ thương nhau ....

Thương quá Việt Nam.

nhạc & lời : Phạm Thế Mỹ

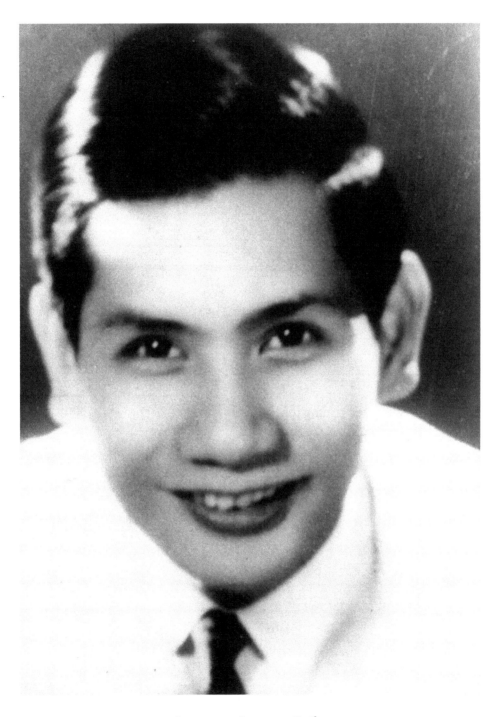

Nhạc sĩ Phạm Thế Mỹ
(1930-2009)

Thương Tình Ca

Nhạc và lời : Phạm Duy

Dìu   nhau   đi   trên   phố   vắng

chân   êm   êm   thánh   thót   Đừng   cho   trăng

trong   ánh   sáng   Dắt   hồn   về   giấc   mơ   vàng   Nhẹ

tan   dưới   gót   Chớ   để   mộng   vỡ   mơ   tàn   Dịu

nhàng   dìu   nhau   đi   chung một   niềm   thương.   Nhịp

dàng   đừng   cho   không gian   đụng   thời.........................gian.

Đưa   nhau   vào   cõi   vô   biên, có   chim   uyên   tỉnh   thiêng   hát   ru

êm   triền   miên.   Đưa   nhau   vào   chốn   không   tên   mặc   đời

quên,   không   bến,   không   thuyền, hết   câu   nguyền.   Dìu

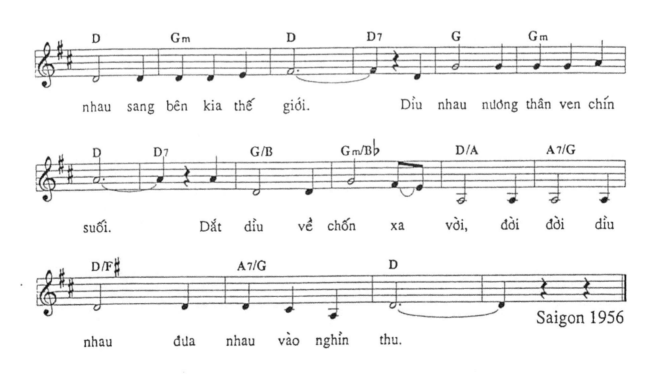

nhau   sang   bên   kia   thế   giới.   Dìu   nhau   nương   thân   ven   chín

suối.   Dắt   dìu   về   chốn   xa   vời,   đời   đời   dìu

Saigon 1956

nhau   đưa   nhau   vào   nghìn   thu.

THƯƠNG VỀ MIỀN TRUNG

nhạc và lời của DUY - KHÁNH

VỚI SỰ CỘNG TÁC CỦA MỘT NHÓM
CA NHẠC SĨ THỦ ĐÔ XUẤT BẢN

THƯƠNG VỀ QUÊ CHA

Có ai trong những đêm mưa
Phong sương rủ áo mắt đưa trở về ?
Có ai giây phút năng nề
Nao nao nghe tiếng hồn quê giật mình ?

Thơ VĨNH - TÂM
do
HOÀNG - TRỌNG phổ nhạc

1. — Quê tôi nằm triền miền .
2. — Xa quê buồn lòng tôi .

— Cạnh đê dài hoang vắng . Trong hàng tre xanh
— Chạnh thương vùng quê vắng . Trong miền Nam yên

thẳm . Con sông dài uốn quanh . Dưới nắng vàng long lanh .
ấm . Ai đi về chốn xưa . Nhắn giúp hàng tre thưa .

Quê tôi miền xa xa . Lạnh tê chiều đông
Xa quê lòng không vui . Nặng tâm hồn mong

vắng . Tôi buồn trông mây trắng . Trời trên vài nếp
nhớ . Ôi ! sầu dâng tràm mở . Tôi trông vời cố

tranh . Khói lam chiều lên nhanh . Trong đêm nào mùa
hương. Nhói lên niềm thương thương . Bao đêm trường nhìn

sang . Tràn ngập ánh trăng vàng . Khắp chốn lời hò
sang . Tràn ngập úa trăng vàng . Sóng gió dần dần

vang , Cho hồn tôi ngây ngất . Quê nghèo dàng phấn
lan . Đê dài vương u uất . Mây vàng trôi phía

hương . Quê tôi mờ trong sương . Lặng nghe hoàng hôn
nào ? Tôi quay nhìn quê hương . Nặng căm hờn cay

lắng . Trong màn đêm thanh vắng . Tôi mơ về phía
đắng . Ôi ! màn đêm đang lắng . Ai mang về giúp

xa . Lấp lánh vừng sáo sa .
ta . Ánh sáng tràn quê cha

Tình khúc "THƯƠNG VỀ QUÊ CHA" do HOÀNG-TRỌNG
phổ nhạc vào thơ của VĨNH TÀM năm 1956 tại
SAI-GON và đã do nhà xuất bản TINH HOA ấn
hành lần thứ nhất năm 1956 tại SAI-GON

THƯƠNG VỀ XỨ THƯỢNG

Nhạc và lời : *Lê - Dinh*

Gửi về một người bạn miền sơn cước.
L. Đ.

Tanya

Từ khi xa rừng núi cũ. Chiều sương rơi lạnh

hơi thu. Sao thấy lòng thương nhớ khi bóng chiều vương

khói trên lưng đồi mịt mù Còn đâu khi mình gối súng.

Rừng đêm khuya nằm im nghe. Nghe gió lùa khe

lá, nghe suối đồi vi vút nghe đêm rừng hòa ca.

ẤN-PHẨM THỨ 19 CỦA LÊ-DINH
TÁC-GIẢ GIỮ BẢN-QUYỀN

Giấy phép số 65/XB
ngày 10 - 1 - 1961
Giá : 7$00

Cấm trích dịch, in lại, sửa đổi lời
ca khác, hoặc chỉ in lời — Nếu
cần xin thương lượng với tác-giả.

Rừng ơi nhớ khi nào chòi canh suốt đêm thâu. tai nghe gió biên cương về xa vắng. Đời chiến sĩ là đây, kề báng súng mòn vai, thương nhớ đêm dài thương nhớ ai. Hẹn mai đây về chốn cũ. Để thăm trăng rừng hoang vu. Thăm lối mòn dốc núi thăm bóng người bên suối thăm hoa rừng chiều thu.

1°

2°

thu. Từ khi xa rừng . . . . thu.

Nhạc phẩm « THƯƠNG VỀ XỨ THƯỢNG » của LÊ-DINH do tác-giả tái bản
lần thứ nhì 10 000 bản và 200 bản quy có chữ ký của tác-giả dành riêng để tặng.

Thúy Đã Đi Rồi

Y Vân

Blues

Thúy đã đi rồi những ngày băng giá không tiếng cười Thúy đã đi rồi biết làm sao cho nhớ thương nguôi. Đời em về đâu cho gió trăng sầu. Tìm em ở đâu đường mây tìm dấu. Thúy quá vô tình! Vì dù em quá hay giỗi hờn. Cũng vẫn hơn là bến tình anh lê gót cô đơn. Đành đi tìm quên muôn bước xa

gần.   Để qua nhiều đêm   thao thức một   đèn.   Anh

muốn   sống riêng trong một thế   giới,   xa loài người, xa cuộc đời đầy đắng

cay.   Nơi   đây   anh là   nghệ sĩ   không   tên.   Đem nhạc

tình   ghi tràn đầy   cung điệu buồn.   Thúy đã đi rồi   Thúy còn đi mãi trong

cõi đời.   Thúy đã đi rồi   bóng hình em xa khuất   trong tôi.   Nàng   đi về

đâu   hay vẫn u   hoài người yêu còn   ai   trong suốt cuộc   đời!

THỦY THỦ VÀ BIỂN CA
của Y VŨ

G.P. SỐ 1941 BTLC/BC3/XB
NGÀY 27-6-66

CẤM TRÍCH DỊCH, IN LẠI
TRÊN MỌI HÌNH THỨC

THỦY THỦ và BIỂN CẢ của YVŨ
do MINH PHÁT xuất bản và giữ bản quyền

thuyền không bến tơ

lam Phương

Valse Lente

Vượt ngàn mây xanh biếc Vượt núi cao chập

chùng Chiều nay anh trở lại tìm em. Sông

nước trôi lững lờ con đò xưa vẫn chờ mà sao bóng người

đâu hững hờ ! Nhớ thương chiều nao

Xin các bạn nhớ đón mua
" LỜI YÊU CUỐI "
Sáng tác đặc biệt tình cảm
của Lam Phương

Giấy phép số : 5400/PTUDV/
KSALP/NT ngày : 09 . 12 . 1973

Nhớ đôi bàn tay   Bàn tay vừa đi vào mộng

ai !   Tóc mây theo gió chiều nhẹ bay   Nắng

soi bóng dài   Vành nón nghiêng che mái đầu

Em vô tư qua cầu   Làm tim anh thêm ngẩn ngơ sầu

Đời buồn như chiếc lá lặng lẽ trên sông dài   Làm

sao anh quên được niềm đau !   Ai đã đem mong chờ   cho

thuyền không thấy bờ để riêng tôi chiều nay thẫn thờ !

LP63

Nhạc phẩm "**thuyền không bến đỗ**" của
LAM PHƯƠNG do SỐNG xuất bản và
khai sang Độc Quyền Phát Hành
91 ter kế góc Công Lý - Lê Lợi - SAIGON

Thuyền lãng tử[2]
(1954)

Lê Trọng Nguyễn

Thuyền ơi! gió lên rồi bến cho rồi Quanh ta có trăng ngập lối. Thương đây với, anh và em ra xa ngoài khơi. Thuyền ơi! nước xanh gợn hoa sao sáng lấp lánh bướm trong ánh trăng Chờ về đâu Đời phiêu lãng sống với tiếng đàn? Anh mơ thuyền mãi phế bến nào, cho duyên đời như ánh sáng sao, cho xa mờ nhân thế tang đắm trong kiếp sầu Bên cung đàn em hát ái ân. Câu

ca tưởng như nước suối ngàn, cho quên cuộc xâu xé giành lấy thế

gian. Trùng dương ca hát. Làn hương thơm ngát.

giòng trăng xanh mát Tiếng gió reo vang. Đời vui

phiêu lãng ngập trong hoa nắng Tình ta quang đãng

chân mây tươi sáng - Niềm vui thiết tha là

chiếc du thuyền, lênh đênh sóng ru trìu mến. Anh và em, ta cùng

nhau say mơ thần tiên. Triền miên gió lay hồn mộng lai láng, Lấp

lánh lệ vui ánh trăng. Trời mây sáng Thuyền em lướt sóng hát vang.

THUYỀN MƠ

THUYỀN TRĂNG

Nhật Bằng - Thanh Nam

Thương anh Trương Chi yêu nàng Ngọc Nữ đêm nào.

Câu hát ân tình muôn đời duyên kiếp chưa phai.

Hồn còn nghẹn ngào hận tình sầu mộng về đâu.

Thuyền trôi chèo nghiêng trên sông lặng lờ.

Vầng trăng khuất sau chân mây mơ hồ.

Lắng nghe sông buồn dạo lên khúc ca.

Thuyền hỡi nhớ về cùng bến mong chờ.

Thuyền Viễn Xứ

Thơ Huyền Chi - Phạm Duy phổ nhạc

Chậm và Êm Ái

Chiều nay sương khói lên khơi (ý) Thùy
nay gửi tới quê xưa Biết là

dương rũ bến tơi bời Làn mây hồng pha ráng
bao thương nhớ cho vừa Trời cao chìm rơi xuống

trời Sóng Đà giang thuyền qua xú người. Thuyền
đời Biết là bao sầu trên xú người. Mịt

đi viễn xú xa xôi Một lần qua giạt bến lau
mù sương khói lên hương Lũ thùy dương rũ bóng ven

thưa Hò ơi! Giọng hát thiên thu Suối nguồn xa
sông Chiều nay trên bến muôn phương Có thuyền viễn

vắng chiều mưa ngân về... Nhìn về đường cố
xú nhỏ neo lên đường... HẾT Ở ĐÂY

lý, cố lý xa xôi   Đời nhịp sầu lỡ bước, bước hoang mang

rồi !   Quay lại hướng làng Đà giang lệ ướt

nồng Mẹ   già ngồi im bóng mái tuyết sương mong

con bạc lòng...   Chiều

Saigon 1952

Thuyền Xa

Nhạc và lời:
Thẩm Oánh

Theo thời gian con thuyền lướt xuôi, như cánh bèo chơi

vơi, xa khuất ra chân trời, Thuyền xuôi, năm tháng qua dần

trôi cùng trời với mây, quên đời tháng ngày, trên giòng mê say, lạc loài đó

đây. Thuyền trôi sóng ru ai hoài, cho bến âm

thầm non nước thăng trầm mây trời xô vần Thuyền xuôi tới nơi nào

đây? Ai nhớ chăng ai trên giòng xa xôi thương nhớ bao

nguôi! Khuất theo mây mờ Lâng lâng thuyền

xa　　Mang mang giòng　nước　　như lướt trong mơ

hồ.　　Bờ bến mong　chờ,　Bùi ngùi thương xác　sơ nương

đâu.　　Mây tiễn đưa vật　vờ,　Thuyền　trôi　trôi thiết tha xuôi về tới

đâu?　Thuyền　trôi　nước　non,　ôi,　mơ

hồ.　Bến xưa buồn nhớ　Sót　sa　bao　mong

chờ.　Nhịp nhàng sóng　xô　lâng lâng thuyền

xa.　Khuất theo mây　mờ　Nhịp chèo nhấp nhô.

TIẾC THU

Thanh Trang

Mắt đã một chiều thu hoen lệ sầu.

Tiếng đã lạc loài trong tim nghẹn ngào.

Đưa em về chiều thu reo dưới gió. Âm thầm từng hồi giá

buốt nghe tin đông sang. Nhớ những đường về sương rơi mịt

mùng. Mắt biếc là mầu riêng tôi lạnh lùng.

Thương cho người về cô đơn với bóng. Mây chiều lạc loài đã

xuống với thu mênh mông. Anh lãng du đêm dài vùng khói

mây. Hôn tóc em nghe hồn mình đắng cay. Tháng năm

buồn miệt mài từng ngón tay. Khi về còn xao

xuyến ru hồn người đắm say. Nhớ mãi từng chiều thu rơi ngàn

trùng. Tóc đó là vùng mây trôi ngập ngừng.

Đêm mong người về cho vơi giá buốt. Nghe hồn từng mùa đã

FINE

khuất tiếc thu mênh mông.

Tiến quân ca

Văn Cao

NHỊP ĐI

Đoàn quân Việt Nam đi chung lòng
(Đoàn quân Việt) Nam đi sao vàng

cứu quốc. Bước chân dồn vang trên đường gập ghềnh xa. Cờ in
phấp phới. Dắt giống nòi quê hương qua nơi lầm than. Cùng chung

máu chiến thắng mang hồn nước. Súng ngoài xa chen khúc quân hành
sức phấn đấu xây đời mới. Đứng đều lên gông xích ta đập

ca. Đường vinh quang xây xác quân thù. Thắng gian
tan. Từ bao lâu ta nuốt căm hờn. Quyết hy

lao cùng nhau lập chiến khu. Vì nhân dân chiến đấu không
sinh đời ta tươi thắm hơn. Vì nhân dân chiến đấu không

ngừng. Tiến mau ra sa trường Tiến lên ! Cùng tiến
ngừng. Tiến mau ra sa trường Tiến lên ! Cùng tiến

lên ! Nước non Việt Nam ta vững bền. Đoàn quân Việt
lên ! Nước non Việt Nam ta vững ... bền.

Nhạc sĩ Văn Cao
(1923-1995)

Tiến về Hà Nội

Văn Cao

Trùng trùng quân đi như sóng Lớp lớp đoàn quân tiến về Chúng ta đi nghe vui lúc quân thù đầu hàng Cờ ngày nào tung bay trên phố Trùng trùng say trong câu hát Lấp lánh lưỡi lê sáng ngời Chúng ta đem vinh quang sức dân

tộc trở về Cả cuộc đời tươi vui về đây Năm cửa

ô đón mừng đoàn quân tiến về Như đài hoa đón

mừng nở năm cánh đào chảy dòng sương sớm long lanh.

Chúng ta ươm lại hoa Sắc hương phai ngày xa Ôi phố

phường Hà Nội xưa yêu dấu. Những bông hoa ngày mai đón tương

lại vào tay Những xuân đời mỉm cười vui hát lên

Khi đoàn quân tiến về là đêm tan dần. Như mùa

xuân xuống cành đường nghe gió về Hà Nội bừng Tiến quân ca.

TIỄN BƯỚC SANG NGANG

Hoàng Trọng

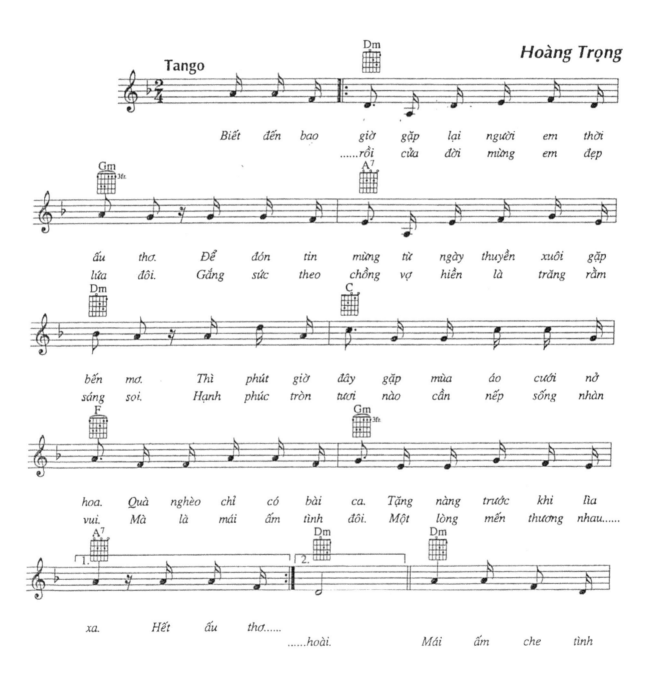

Tango

Biết đến bao giờ gặp lại người em thời
......rồi của đời mừng em đẹp

ấu thơ. Để đón tin mừng từ ngày thuyền xuôi gặp
lứa đôi. Gắng sức theo chồng vợ hiền là trăng rằm

bến mơ. Thì phút giờ đây gặp mùa áo cưới nở
sáng soi. Hạnh phúc tròn tươi nào cần nếp sống nhàn

hoa. Quà nghèo chỉ có bài ca. Tặng nàng trước khi lìa
vui. Mà là mái ấm tình đôi. Một lòng mến thương nhau......

xa. Hết ấu thơ......
......hoài. Mái ấm che tình

đôi. Ấm như nắng quê hương đang soi mùa gặt mới.

Góp sức xây ngày mai. Gắng vui bằng hôm nay vui như rượu hồng

môi. Tiếng hát thay quà. Tặng mừng thuyền em gặp

bến qua. Nếu có khi nào chạnh lòng còn trông về

chốn xưa. Thì nhớ đừng quên. Ngày này với những lời

ca. Cùng chồng gắng bó đời hoa. Rồi ngàn ý xuân chan hòa.

Tiễn đưa

Thơ: Nguyên Sa
Nhạc: Song Ngọc 61

Người về chiều nay hay đêm mai? người sắp đi hay đã đi

rồi? muôn vị hành tinh rung rung lung linh thềm ga

vắng, hay rượu tàn rung trên môi? Người về nhặt sao rơi đêm

nay, đường sắt kia trên những con tàu bùi ngùi

sao đường tàu không đi quanh cho con tàu xuôi

bến   tay người lại trong tay tôi?   Đêm vẫn trôi canh dài bồi hồi,

ai tiễn ai   nên hẹn nhiều lời   biết bao điều thương yêu,   tàn

đêm bên quán nhỏ,   sân ga vời vợi nhớ,   chuyện tâm tư thành thơ.

Mà người về nơi đâu   nơi   đâu?   tàu   vẫn đi nên vẫn có

người đợi chờ,   sương lạnh nhẹ rơi trên vai,   trăm con tàu trăm

lối,   tôi   đưa người hay đưa   tôi?.

Tiễn Em

Thơ Cung Trầm Tưởng - Phạm Duy phổ nhạc

Lên xe tiễn em đi Chưa bao giờ buồn thế Trời mùa Đông Pa-
(Đoạn Cuối) em có trăng soi Anh một mình trên phố Trời mùa Đông Pa-

ris Suốt đời làm chia ly... Tiễn em về xú mẹ anh
ris Suốt đời làm chia (về CODA)

nói bằng tiếng hôn Không còn gì lâu hơn Một trăm ngày xa cách! Tuyết

rơi mỏng manh buồn Ga Ly - on đèn vàng Cầm tay em muốn

khóc Nói chi cũng muộn màng! Lên ly....... Hôn nhau phút này Chia

tay tức thì Em ơi khóc đi em, khóc đi em, khóc đi em... Sao

rơi rớt rụng Vai em ướt mềm Em đi khóc đi em, khóc đi

em, khóc đi em....   Lên   ly .....   Hỡi em người xóm học Sương

thấm hè phố   đêm Trên   con đường anh đi   Lệ   em buồn vương vấn...   Tuyết

rơi phủ con   tàu Trong toa em lạnh đầy Làm   sao em không   rét   Cho

CODA

ấm mộng đêm   nay ?   Nơi   ly .....   Lên   xe tiễn em đi   Chưa

bao giờ buồn thế Trời mùa Đông Pa - ris Suốt   đời làm chia ly ....

Saigon 1958

Tiễn Em Chiều Mưa

Đường Huyền Quang. Tân Định 1966

Đăng Khánh

Chậm - Tình cảm

Hôm qua tiễn em đi. Buồn biết nói năng gì. Đường chiều mưa tiễn bước. Hồn khóc theo người đi. Tim như vỡ trong mưa. Còn vắng tiếng ai thề. Một mình trên ngõ vắng. Buồn nhìn theo lối xưa. Dù mãi mãi xa

nhau. Cố quên mối duyên đầu. Tình này ai sẽ

quên được sao. Tình đã chết trong

nhau. Vẫn mơ phút ban đầu. Một lần yêu dấu

mãi cho nhau. Sao em nỡ quay

đi. Tình đang lúc xuân thì. Một đời sao bỗng

D.S. al Fine

vắng. Cuộc tình không lối đi.

TIỄN NGƯỜI ĐI

(Tựa đề của Nhạc-sĩ VÕ-ĐỨC-TUYẾT)

NHẠC VÀ LỜI : **LAM-PHƯƠNG**

Người ơi, biết đêm nay nữa là mấy đêm qua rồi ? Ngồi đây, ngắm trăng về soi bóng đêm chơi vơi.

— Ôi tiếng tơ sao còn vương gợi lại trong giấc mơ bóng dáng năm xưa lúc xuân chưa tàn mộng lòng vừa đẹp đôi : một sáng tinh sương tôi đưa người xa tôi. Người đi, ngày qua năm tháng chưa phai mờ lòng ta. Hôm nao nước sông xanh một

giòng , đưa thuyền mình về đến bến lòng .

Ôi xuân đi mau, gió cuốn hoa rụng cánh tàn mau. Hạnh

rall.

phúc đã không do lòng người, sao còn chờ mãi phút ban

AT°

đầu ? Rồi đây chốn xa xăm biết người nhớ tới những

gì ? Người ơi , có những chiều xuân én bay xôn

xao , mong bóng ai khi hoàng hôn chìm dần trên phím

FINE

tơ ; thu đến bơ vơ, đông qua ngỡ ngàng rồi hè lại buồn

sang : có nhớ thương nhau xin đưa vào trong mơ .

NHẠC PHẨM " TIỄN NGƯỜI ĐI " CỦA LAM-PHI INH HOA MIỀN NAM TÁI BẢN
TRANH BÌA HỌA SĨ DUY-LIÊM TRÌNH BÀY — IN TẠI NHÀ IN NGUYỄN-ĐÌNH VƯỢNG SAIGON

TIẾNG CHIM GỌI ĐÀN
HOÀNG QÚI.

Nhạc sĩ Hoàng Qúy
(1920-1946)

TIẾNG CHUÔNG CHIỀU THU

NHẠC VÀ LỜI : TÔ-VŨ

Lá thu nhẹ rơi rơi, nắng thu vàng phai phai: Ai về âm thầm nẻo cũ bâng-khuâng tình xưa ? Hiu hiu luồng hơi may, Du du làn mây bay: Ai nhắn theo mây niềm quê vấn vương xa đó ngàn dâu thưa — Từ miền xa tiếng chuông ngân Hồi buông lớp lớp trong gió vàng Từng cơn sóng mờ xóa — dần trong sương lắng. Lá thu nhẹ rơi rơi, Hồn ta chìm đắm tiếng chuông... xa với... Hồi chuông ngân nga trong chiều thu ngợp

gió, Ngàn tiếng thiết tha êm đềm ru lời Thu:

Ai xót ly hương mấy Thu vàng úa, Nhạc say mùa xương máu, Tóc xanh bơ-phờ bù

rối, Mấy dây tơ huyền ngụt khói: Dạn dày đời mới ngọt ngào đường

tơ? Hồi chuông âm vang khơi nguồn mơ ngày

thắm, Đường nắng vàng vang gót chân reo mừng, Hoa vàng phơi-phới Thu

tràn sóng Xuân tưng-bừng. Người phương trời xa xôi, Gửi em lời

yêu thương khi lòng mơ màng trầm lắng tiếng chuông chiều Thu: Ngày

nào khi chiến chinh xong, hồi chuông vui reo muôn tiếng đồng, Chuông khơi mùa

nắng mới, Tình xưa đẹp bao nhiêu Hồn anh thầm nhắn tiếng chuông ban chiều.

BẢN « TIẾNG CHUÔNG CHIỀU THU » ẤN-HÀNH LẦN THỨ NHẤT. NGOÀI NHỮNG BẢN THƯỜNG CÒN IN THÊM 30 BẢN ĐẶC-BIỆT ĐÁNH DẤU TỪ T.V. I ĐẾN XX — T.H. I ĐẾN X ĐỀU CÓ CHỮ KÝ CỦA TÁC-GIẢ VÀ ĐÓNG TRIỆN SON T. H. ĐỀ TẶNG.

T. H. 365

Tiếng Dân Chài

Phạm Đình Chương

Đêm dâng với ngọn triều. Dô à hô kéo thuyền nhổ
....Dô dô dô hò hò. Tay bàn tay siết chặt trời

neo. Vi vu buồn lên cao. Dô à
mau. Sông sâu (là) sông sâu. Sông này

dô sóng reo dạt dào. Trăng lên vừa nhô xa. Con thuyền
nuôi sống dân chày nghèo. Anh em cùng ra đây. Khoang thuyền

trôi trong trời bao la. Mái chèo này
đây tay chài tay lưới. Ấy....

chèo   xa   tấp   bến   bờ.   Mau cùng nhau anh   em   ta....

dời nhọc nhằn   mà   vui.   Ơ   này

anh   em   ơi!   Tôi   nhớ   một   chiều   ánh   lửa   hồng   soi   thân

yêu.   Đâu bóng   tre   xanh,   đâu   mắt   mẹ   hiền   giọt   lệ   rưng

rưng   chờ   mong   bóng   con.   Ơ   này   anh   em   ơi!   Hương

khói   gia   đình   bát   ngát   trong   câu   mong   chờ!   Đêm   khuya   mơ

hồ   chan   hòa   bao   tiếng   ta   hò.   Hò (nào)   Ô   hò,

hò dô ta lặng lắng mà nghe ơ hò dô ta.

Solo....

Đêm nay thuyền ngược trường giang. Cho mai sớm được lưới

khoang cá đầy. Ô hò, hò dô ta lắng

Tutti....

lặng mà nghe ơ hò dô ta. Lưới vung chụp

Solo....

ánh trăng vàng mổ hôi tôi đổ xuống hàng bờ lau.

Tutti....

Ô hò, hò dô ta lắng lặng mà nghe ơ

Solo...

hò dô ta. Ới ơi đời sống dân chài, đêm

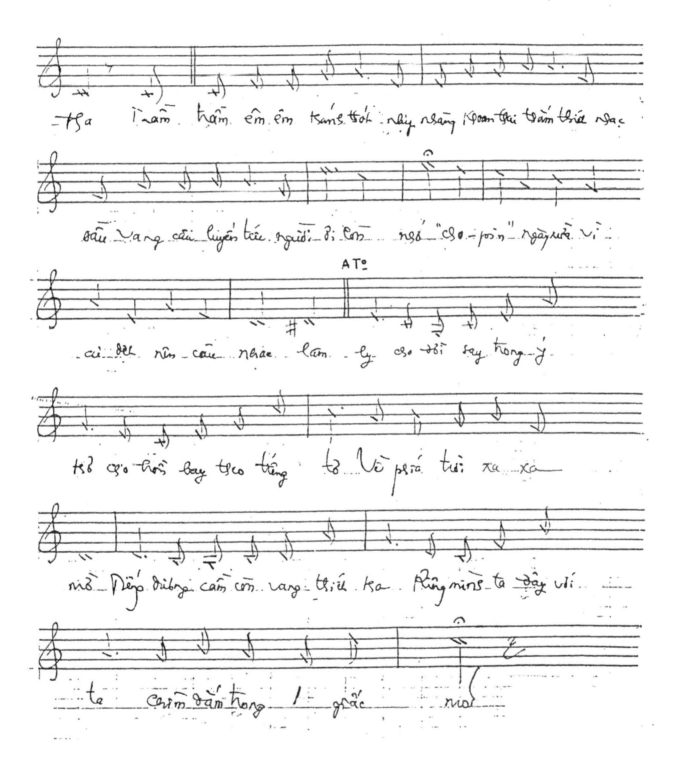

TIẾNG ĐÀN AI

NHẠC : **HOÀNG-TRỌNG**

LỜI : **QUỐC - BẢO**

Tango

Nhạc mở đầu...

I. — Trời khuya thanh vắng , Hồn ai khóc trong đêm trường . Đường tơ ai buông , Trong sương rền khúc . Hồn ai quanh khuất , Đường tơ nhắn bao lời thương . Sầu tư chung khúc , Tầm tã châu buông . Đàn lòng tràn

bay   ,   Vẳng đưa xa tiếng hờn   Đàn sầu trầm

buồng   ,   Chim trong đêm tiếng thương .   Đàn ai theo

gió   ,   Dường như nhắn bao lời thương .   Đường tơ ai

buồng   ,   Thánh thót kêu sương .   II.— Buồn ơi xa...

LỜI CA II

Buồn ơi xa vắng,
Buồn thương nhớ ôm bên lòng.
Buồn ơi mênh mông,
Thương mây lạc gió.
Đàn than chi đó ?
Đàn van gió thương cùng mây !
Đàn than chi đó ?
Nhủ gió thương mây !
Ngừng ngừng đàn ai,
Nẩy chi cung nát lòng,
Ngừng ngừng lời than
Lòng ta ôi nát tan,
Đàn than chi đó ?
Đàn van gió thương cùng mây !
Hồn ai quanh đây,
Nhắn gió đưa mây.

Tình Khúc "TIẾNG ĐÀN AI" do HOÀNG-TRỌNG
sáng tác năm 1942 tại Sầm-Sơn với lời
thơ của QUỐC-BẢO. Bài này đã do Tinh-
Hoa ấn hành lần thứ nhất năm 1953.

Tiếng Đàn Tôi

Nhạc và lời : Phạm Duy

Đời lạnh lùng trôi theo dòng nước mắt   Với bao tiếng tơ   sót   thương người

Vì cuộc tình đã chết một   đêm nao   Lúc trăng hãy còn   thơ   ấu...

Dù đời tàn trên cánh nhạc   chơi vơi   Vẫn còn mong nhớ   khúc   yêu đời

Lúc bao nhiêu tiếng cười   rộn ràng chảy về   suôi . . . . .   Mênh mông lả

đi !   - Thuyền về tới   bến   Mê   rồi.   - Khoan khoan hò   đi !

Dặt dìu trong tiếng đàn tôi   Mênh mông lả   ơi !   Thuyền về bát ngát hương

trời   Khoan khoan hò   ơi !   Nhịp sầu xa vắng mà   thôi !   Buồm về đội

nắng trên khơi   Bao nhiêu hoàng hôn đến cho êm vui,   người ơi !   Có tiếng hát

theo   đàn tôi   Như ru như thương linh hồn đắm đuối   Mênh mông lả ơi !

Thuyền chờ mong gió lên trời   Mang theo đàn   tôi   Chảy về đậu bến ngày   mai..

Chợ Đại-Cống Thần 1947

Tiếng hót chim đa đa

Latin Rock

Nhạc và lời : VÕ ĐÔNG ĐIỀN

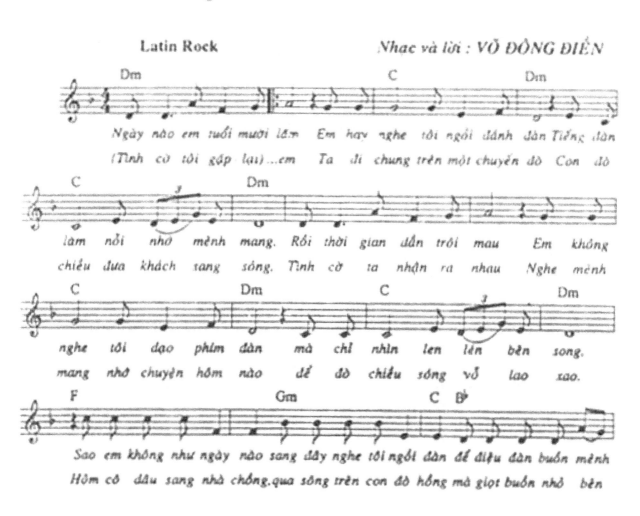

Ngày nào em tuổi mười lăm Em hay nghe tôi ngồi đánh đàn Tiếng đàn
(Tình cờ tôi gặp lại)...em Ta đi chung trên một chuyến đò Con đò

làm nỗi nhớ mênh mang. Rồi thời gian dần trôi mau Em không
chiều đưa khách sang sông. Tình cờ ta nhận ra nhau Nghe mênh

nghe tôi dạo phím đàn mà chỉ nhìn len lén bên song.
mang nhớ chuyện hôm nào để đò chiều sóng vỗ lao xao.

Sao em không như ngày nào sang đây nghe tôi ngồi đàn để điệu đàn buồn mênh
Hôm cô dâu sang nhà chồng. qua sông trên con đò hồng mà giọt buồn nhỏ bên

mang. Em như mây trôi dịu dàng trôi lang thang trên bầu trời và mây đã xa

sông. Hôm cô dâu sang nhà chồng, ai ru con nghe buồn...

tôi. Tình cờ tôi gặp lại... ...từng lời ru nghe nhớ mong. Ầu ơ ầu

ơ Có con chim đa đa nó đậu cành đa sao không lấy chồng

gần mà đi lấy chồng xa. Có con chim đa đa hót lời nỉ non Sao em nỡ lấy

chồng từ khi tuổi còn son. Để con chim đa đa ngậm ngùi dành bay xa.

TIẾNG HÁT LÊN TRỜI

• Thơ Hoàng-Trúc-Ly
• Trầm Tử Thiêng phổ Nhạc

Từ em tiếng hát lên. Từ em tiếng hát lên trời. Tay xao dòng tóc. Tay mời âm thanh. Sợi Buồn Sợi buồn chẻ xuống lòng anh. Lắng nghe da thịt tan tành, tan lành xưa sau. Mùa xuân còn gì. Mùa xuân còn gì. thưa em! Sáu dây, Sáu dây rét mướt chưa

mềm. Chưa mềm trăng khơi. Cô đơn đỉnh núi. Cô

đơn đỉnh núi gần trời. Nghiêng vai, Nghiêng vai xin khoác nụ

cười, Nụ cười áo xanh. Trời em tiếng hát lên. Trời em

tiếng hát lên từ... âm ba tóc rối lững lờ vòng

tay. Áo dài. Áo dài lùa nắng vào mây. Dấu

chân hồng nhạn rụng đầy. Rụng đầy gió sương.

TIẾNG HÁT
Người yêu

Hoài - Linh ✱

HABANERA

sans acc.

A T°

Có phải em là gái liễu trai ?

Mà sao tiếng hát buồn ngân dài   Chim chiều ngơ ngẩn ngừng đôi

cánh   vũ trụ chợt nín hơi   ngỡ ngàng hỏi tiếng ai ?

Biết được em rồi khó nỗi nguôi   Hồn sa đáy mắt huyền mắt

rồi   Tôi người xuôi ngược đời   sương gió   rũ bụi đường bám

vai   ước gần giây phút   thôi.   Đêm đêm   dâng tiếng cầm ca   cho

đời   gặp nhau mà chưa lần nói,   rồi   khi   cánh nhung ngăn cách hai

người   còn   nghe   man   mác   u   hoài   đề   rồi   hồn   như   thấy

thiếu   tiếng người   mình   yêu. Không phải em   là   gái   liễu   trai

Tâm tơ duyên kiếp từ   lâu   rồi   Đem giọng ca   vợi   sầu   nhân

thế   nếu người mơ   lứa   đôi   Xin là   em   gái   thôi..

TIẾNG HÁT NỬA VỜI

Biết đến ngày nào mình còn lê bước lang thang nhìn lá rơi trên hè chiều?

Đã mấy chiều rồi! Buồn nào không cánh bay cao, giọt nắng rưng rưng cả trời

Buồn vương gót hoang... Buồn như tiếng ca lạc lõng ru say vào hồn.

Mình ta với ta một bóng ưu tư nặng đầy. Thành ra con đường hun hút chân

mây... Biết đến ngày nào mình còn gom lá ươm hoa để ép trang thư hẹn hò.

Những lúc giận hờn, ngoảnh mặt không nói, thương sao tà áo đoan trang, lệ nhòa.

Tình yêu đó ư? Nhìn nhau phút giây và trót trao nhau nụ cười.

Đường gieo nắng hoa, tình ngỡ say sưa trọn đời. Nào ngờ nay là thương nhớ không

nguôi Đã bao lần, mình bảo sao không nói đi? Biết bao

lần chi cười mà không nói chi! Phố vắng rồi, ngại bước đi thêm. Đưa nhau

về để lại đàng sau trời tím. Bỗng một ngày mình dìu nhau đi rất xa.

Gió tung vàng để vòng tay thêm thiết tha. Tiếng hát nào chợt vút lên

cao... O - RA E SEM - PRE! Ân tình là trời mê.... Tiếng hát nửa

vời... Người vội quay gót đi nhanh, mình đứng im nghe ngậm ngùi. Mãi mãi nghìn

đời, mình còn thương nhớ nhau không Thì cũng xa nhau thật rồi. Ngày vui chóng

qua, thành ra lắm khi mình nghĩ không nên hẹn hò! Người đi quá xa còn

To Coda ⊕

nỡ mang theo nụ cười! Để⊕ lại khung trời hoang vắng · đơn

D.S.% al Coda   *Coda*

côi... (Biết đến ngày) lại khung trời hoang vắng đơn côi...

tiếng hát trên sông lô

Phạm Duy

giòng sông mênh mông   Súng thần cùng vang vang   Sông

mờ hoen máu thực dân   Hai nghìn quân cướp vùi thân   Oai

hùng thay Lô giang   Oai hùng thay Lô giang...   Oai

hùng thay Lô giang   Oai hùng thay Lô giang...

1948

1. — Trên nước sông Lô, thuyền tôi ta hát say sưa
Quân cướp tham ô ngày nào đã chết không ngờ
Sông nước hôm qua, còn reo như gió như mưa
Sông nước hôm nay, lại trời êm ái như xưa
Khoan hỡi khoan hò — hò khoan
— Hỡi anh vệ quốc cầm súng ngang tàng
Thuyền tôi đậu bến Tuyên quang
Nửa đêm trông ánh trăng vàng (tôi) nhớ anh

Đ.K. — Ca rằng Khoan hỡi hò khoan (vân vân)

3. — Trên nước sông Lô từ nay vang tiếng dân ca
Quân cướp đi xa về đây ta sống chan hòa
Bên suối xanh lơ Mọc lên những mái tranh xưa
Đây chốn biên khu lòng tôi như nước sông Lô
Khoan hỡi khoan hò hò khoan
— Hỡi anh du kích tập bắn trên rừng
Thuyền tôi đậu bến Đoan Hùng
Bình minh nghe tiếng chim rừng líu lo

Đ.K. — Chim rằng Khoan hỡi hò khoan (vân vân)

TIẾNG HÁT VỚI CUNG ĐÀN

Beguine Rock

Văn Phụng

Đêm nay khi ánh trăng êm đềm

đềm trong sáng. Ngân vang tiếng tơ gieo sầu

nhớ chan hòa. Xa xa, bóng đôi chim nhẹ

xóa trăng ngà. Buồn nhìn đôi chim nhớ người. Nhớ người tình

mơ bóng dáng vẫn xa mờ. Chim ơi! Cho

ta nhờ đưa tin sang bến bờ sông vắng nên

thơ.   Em   ơi! Anh   mong   chờ   xuân   sang   không

hững   hờ   tình   duyên   anh   mơ.   Anh

mơ,   khi   ánh   trăng   êm   đềm   trong   sáng.

Bên   em,   khẽ   rung   cung   đàn

yêu   mơ   màng.   Say   sưa   tiếng   em   ngân   hòa

tiếng   tơ   vàng.   Tình duyên đôi   ta   sẽ   hòa,   sẽ   hòa   như

muôn   tiếng   hát   với   cung   đàn.

TIẾNG LÒNG

Nhạc và Lời : *Hoàng-Trọng*

Mộng đẹp về trong đêm lắng mơ.

— Nhạc triền - miên lâng lâng ý thơ. Bóng em tôi tha - thướt mơ

hồ, đến bên tôi trong lúc không ngờ, nhắc cho tôi phút giây mong

chờ. Rồi nhìn nhau không nói mấy câu.

— Thời - gian chờ đợi ai mãi đâu. Lúc xa nhau muốn nói muôn

lời, ước mong sao cho đến bên người, mắt nhung huyền ngất ngây hồn

Ấn-phẩm 1954 của TINH-HOA— Huế (Việt-Nam)

TÁC-GIẢ GIỮ BẢN-QUYỀN

tôi . Em ơi, giờ đây gần tôi !

— Nhưng sao ngại ngùng khó nói nên lời , Có biết chăng

tiếng lòng tôi , Luyến tiếc ngập ngừng những phút giờ trôi .

— Mộng tình sao lắm nỗi vấn vương , Ngày ngày mang trăm mối nhớ

thương . Biết bao đêm thao thức canh trường, thấy bóng ai là - lướt bên

giường, thoảng chốc đà phút giây mờ sương !

Bản « TIẾNG LÒNG » ẤN-HÀNH LẦN THỨ
NHẤT. NGOÀI NHỮNG BẢN THƯỜNG CÒN IN
THÊM 30 BẢN ĐẶC-BIỆT ĐÁNH DẤU TỪ R.T.T.H.
I ĐẾN XX — T. H. I ĐẾN X ĐỀU CÓ CHỮ KÝ
CỦA TÁC-GIẢ VÀ ĐÓNG TRIỆN SON T.H. ĐỂ TẶNG.

T. H. 412

TIẾNG MƯA ĐÊM

Nhạc và Lời: Đức Huy

Bolero

Còn rơi mãi   trên phím đàn   Còn rơi mãi

những tiếng buồn   thở than   Đã lâu rồi

nụ cười vắng   trên môi

Mưa rơi   mưa rơi còn   rơi   mãi nhớ   thương ai   Ướt   bờ   mi   em
Con tim   cô đơn còn   ôm   ấp những   hẹn   thề   Ướt   chiều mưa   em

dài   Mưa rơi   mưa rơi   còn làm   mưa   mãi   trong đời
về   Chôn đi   bao nhiêu   kỷ niệm   xưa   mãi   tôn thờ

Người   đã xa   vắng   rồi
Cuộc   tình còn   ước   mơ   Từng giọt mưa

TIẾNG MƯA RƠI

Nhạc và Lời :

HOÀNG · TRỌNG & HOÀNG · DƯƠNG

Thánh thót mưa rơi lắng buồn bên mái lầu ngàn mây u -

ám vương - vấn trôi về đâu. Thương thay cánh chim bạt

gió ngóng tìm mái nhà xưa dưới ngàn xa mờ.

Mưa xuống Đô - thành đêm nào reo thì thầm ngời bên sông

vàng thương nhớ kiếp nào nguôi. Ôi tiếng mưa rơi chập

chờn rầu rĩ bao là   nhớ, là nhớ chơi vơi.

Trong tiếng mưa buồn ngàn hắt   hiu ai về xa mãi

dâu lòng vấn vương u   sầu lắng.   Bến vắng sông xưa con đò

cũ có hay chẳng giờ   đây ta đang trạnh niềm   đau

Mưa xuống cô thôn xa - xôi bao   lạnh - lùng   người đi mái

tóc theo gió cuốn ngàn   mây.   Mưa thấm đôi lòng bên

trời ngàn tiếng tơ sầu   lắng, sầu lắng xa   mờ.

Tình khúc "TIẾNG MƯA RƠI" của HOÀNG-TRỌNG viết năm 1954 tại HA-NOI
với lời ca của HOÀNG-DƯƠNG, đã do nhà xuất bản TINH HOA MIỀN NAM
ấn hành lần thứ nhất tại SAI-GON năm 1954.

Tiếng Sáo Thiên Thai

Thơ Thế Lữ - Phạm Duy phổ nhạc

Xuân tươi Êm êm ánh xuân nồng Nâng niu sáo bên rừng Dăm ba chú Kim
chim ơi Lên khơi sáo theo vời Hay theo đến bên người Tiên Nga tắm sau

Đồng... (Hò xang xê) Tiếng sáo
đồi... (Tình tang ôi) Tiếng sáo

Nhẹ nhàng lướt cỏ nắng Nhạc lòng đưa hiu hắt Và buồn xa, buồn vắng Mênh
Khi cao cao mờ vút Cùng làn mây lửng lơ Rồi về bên bờ suối Cây

mông là buồn ! Tiên Nga Buông lơi tóc bên
xanh mờ mờ ! Êm êm Ôi tiếng sáo tơ

nguồn Hiu   hiu lũ cây   tùng   Ru ru tiếng trên   cồn....
tính Xinh   như bóng xiêm đỉnh Trên không uốn thân mình....

Hò ơi Làn   mây   ơi !   Ngập ngừng sau đèo
Đường lên lên   Thiên Thai !   Lọt vài cung nhạc

vắng Nhìn mình cây nhuộm nắng Và chiều như chìm lắng Bóng chiều không đi !
gió Thoảng về mơ mòng quá Nàng Ngọc Chân tưởng nhớ Tiếng lòng bay xa ! (HẾT)

Trời cao xanh ngắt !   Xanh   ngắt ! Ố ố ô   kià !

Hai con hạc trắng (ơ)   Bay về   nơi   nao ?

Trời cao xanh   ngắt ! Ố ố ô   kià !   Ố ố ô   kià !

Hai con hạc trắng (ơ) Bay   về về nơi   nao ?   Đôi

Saigon 1959

TIẾNG THỜI GIAN

Lời ca DẠ CHUNG   Âm - nhạc: LÂM - TUYỀN

Anh không giữ trong tay một kho tàng hay một danh vọng nào cả !
Anh chỉ giữ có hình ảnh một buổi chiều ... khi nắng vàng nhuộm
mái tóc em. . . .

DẠ - CHUNG tự HOÀNG VĨNH LỘC

Mưa rơi hiu-
hắt. ai sầu mùa đông . Không gian u - ám sương mờ, mờ
buông . Xa trong đêm vắng chuông buồn, buồn ngân.
Mùa đông xưa rét mướt , bên sông , ngừng chân
Chờ ai trong tê - tái , lặng nghe , chuông than

Thời - gian trôi tan - tác,   mang theo,   ngày xuân
mưa đêm nay khóc thầm. Cuộc đời dằm - ấm   đã theo Thời - Gian.

Ngoài kia gió - sương mờ.   Lìa cây la giang   hồ.

Về đâu! Về   đâu   ! !   Ngày xuân thoát đi   dần.

lòng ta tái - tê   sầu.   Người cười nhưng ta vẫn khóc   thầm.

Đời chim bạt - gió   Kìa ai thoáng mơ   hồ.

Ngừng chân dưới mưa   dằm.   Nhìn lâu nguy - nga ước - mơ thầm.

Bao nhiêu xuân qua,   lòng không tình yêu   .   Mưa rơi hiu

gian . . .

TIẾNG THU

THƠ : *Lưu trọng Lư*
Lê Thương
PHỔ NHẠC

(Mở đầu)

Em không nghe mùa thu   Dưới   trăng ngà

thổn thức Em không nghe rạo rực hình ảnh kẻ chinh phu trg lòng người cô phụ. . . . .   (ĐÀN)

. . . .   *Em không nghe rừng thu   Lá   thu kêu xào-xạc... Con*

(ĐÀN)

nai vàng ngơ ngác đạp trên lá vàng khô . . . .

Em không nghe mùa thu dưới, trăng ngà dưới trăng ngà. Em không nghe mùa thu dưới trăng ngà thổn thức Em không nghe mùa thu dưới trăng ngà thổn thức Em không nghe rạo rực hình ảnh kẻ chinh phu trong lòng người cô phụ . . . . .

. . . (Dưới trăng ngà Dưới trăng ngà thổn thức) Em không nghe rừng thu lá thu kêu xào xạc Con nai vàng ngơ ngác đạp trên lá vàng khô.

Tiếng Thu

Thơ Lưu Trọng Lư - Phạm Duy phổ nhạc

Rất Nhẹ Nhàng

Em không nghe mùa (ư) Thu ? Dưới trăng mờ thổn

thức... Em không nghe rạo rực ? Hình

ảnh kẻ chinh phu Trong lòng người cô phụ...

Em không nghe rừng (ư) Thu ? Lá thu kêu sào

sạc Con nai vàng ngơ ngác Đạp trên lá vàng khô...

Con nai vàng ngơ ngác Đạp trên lá vàng khô...

Huế 1946

Nhạc sĩ Phạm Duy
(1921-2013)

TIẾNG XƯA

Dương Thiệu Tước

Slow

Hoàng   hôn   lá   reo   bên   thềm.   Hoàng   hôn   tơi   bời   lá
Hoàng   hôn   gió   sương   lạnh   lùng.   Hoàng   hôn   bao   niềm   nhớ

thu.   Sương   mờ   ngậm   ngùi   xuân   xanh.   Bâng   khuâng   phím   loan   vương
nhung.   Thiết   tha   đàn   rung   tiếng   tơ.   Vấn   vương   trôi   theo   mây

tình.   Đâu   bóng   trăng   xưa,   mơ   khúc   nghê   thường.   phai   tàn   một   thời   liệt
mờ.   Đâu   khúc   cô   liêu,   duyên   dáng   tiêu   điều.   Dư   âm   chìm   theo   giòng

oanh. Xa đưa gió may lạnh lùng. Chiều thu nhớ nhung vì
châu. Tràn lan sóng vương mạch sầu. Đàn ơi! Thiết tha vì

đâu. Thắm đôi giòng châu tiếc thay tại sao đành lỡ
đâu. Tiếng xưa trầm ngâm lắng rung đường tơ bao mơ

làng. Man mác khói hương bay dịu dàng. Như tóc mây
màng. Lưu luyến hương thu thêm dịu dàng. Ai có hay

vương. Giáng liễu mơ màng. Cung đàn nhỏ lệ tầm
chăng? Say khúc ưu tư. Gió sương chiều thu buồn

dương. Ai đó tri âm biết cùng.
mơ. Ai đó tri âm hững hờ.

FINE

Tìm Anh

HOÀNG THI THƠ

Viết tại Saigon, VietNam
tháng 4/ 1958

Đã do hầu hết danh ca trình bày
và mới nhất do giọng ca Khánh
Ly thu thanh vào Băng Nhạc Hoàng
Thi Thơ 4 "VẾT CHÂN ĐÀ ĐIỂU"

Valse Moderato hoặc Pasodoble

Tôi đi tìm anh vì nhớ đến tên anh vì
Tôi đi tìm anh người lính quá hiên ngang cảm

nhớ bóng trăng thanh treo đầu cành
súng giữ giang san xây Cộng Hòa

Những đêm trời xanh làng xóm sông yên lành dậy
Tôi đi tìm anh làng giọng máu thăm vỡ cùng hình

tiếng hát quân hành bóng anh qua mảnh ...
bóng những anh hùng thiên thu không ...nhòa Anh

đi bây giờ anh ở đâu Bến Hải hay Cà

Mầu Anh đi bây giờ anh ở đâu góc

biển hay rừng sâu anh đi bây giờ anh ở

đầu biển cường hay nông trường Xóm làng đêm

ngày nhớ anh từng phút lại từng giây

Tôi đi tìm Anh vì nhớ đến tên anh vì

nhớ bóng trăng thanh treo đầu cành

Tôi đi tìm anh giòng máu thắm vô cùng hình

bóng nhưng anh hùng thiên thu không nhòa ....

TÌM MỘT ÁNH SAO

HOÀNG - TRỌNG

Slow

Mây cuốn mịt - mù che khuất ánh sao, Lạnh lùng sương xuống đã
Tê - tái lặng nhìn năm tháng lướt mau, nghẹn-ngào như mới vắng

lâu, Hồn đêm nay mơ về đâu? Nhiều khi nhìn trời sao chiếu thân
nhau, Hồn mênh-mang mơ về đâu? Mộng xưa tàn rồi tối vẫn còn

tiền, Lòng hằng mơ ánh sao hiền, Lộng lẫy sáng giữa trời đêm... Tôi
mơ, Tình ngày xưa có xa mờ, Lòng vẫn luyến nhớ ngày xưa... Năm

muốn tìm về vang bóng lúc xưa, Mà lòng sao mãi ngẩn - ngơ, Tàn đêm qua tôi nằm
ấy mình thường đi dưới ánh sao, Hẹn rằng khi thấy nhớ nhau, Mình ra bên song tìm

mơ: Và mơ trời vừa tan bóng hoàng - hôn, Một vì sao rớt trong
sao... Nhìn sao thề rằng yêu mãi người ơi! Dù nhiều giông tố trong

hồn, Dịu như ngàn câu mến - thương ! Bao nhiêu tình thơ chim
đời, Dù cho ngàn sao đổi ngôi ! Nay xa ngàn phương, Lòng

trong cõi xa mờ, Bao nhiêu lần đêm xuống mơ - hồ,
se sắt khôn lường, Đêm đêm sầu thương-nhớ qua hồn,

Ngôi sao ngày xưa, hiện trong tim rạng rỡ, Rồi tan biến thành ngàn thương
Tôi đi tìm sao, thầm ôm trong vạt áo, Mà sao khuất mờ bên trời

nhớ... Nhưng đã muộn làm sao níu giấc mơ, Tìm làm sao những phút
cao... Không biết giờ này phương ấy xa xôi, Người tình xưa có nhớ

xưa ? Ngùi trông sương rơi thờ ơ. Giờ đây ngoài trời khuya vắng mình
tôi. Mà đi trong sương mờ rơi... Mà mơ..., mà nhìn lên cõi trời

tôi, Tìm vì sao khuất bên trời, Thầm mơ một tinh tú rơi ...
cao, Mà ngùi thương những năm nào... Mà mong tìm một ánh sao ?

Tìm Nhau

Nhạc và lời : Phạm Duy

Lôi Cuốn

Intro

Tìm nhau trong hoa nở Tìm
Tìm nhau trong bom lửa Tìm

nhau trong cơn gió Tìm nhau trong đêm khô hay mưa lũ...... Tìm
nhau trong mưa bão Tìm nhau trên kinh đô xây trong xương máu....... Tìm

nhau khi nắng đổ Tìm nhau khi trăng tỏ Tìm nhau như chim mộng tìm người
nhau trong thống khổ Tìm nghe câu than thở Tìm nhau như goá phụ tìm mộ

mơ... Tìm trong câu thơ cổ Tìm qua tranh Tố Nữ Tìm
bia... Tìm đâu môi em đỏ ? Tìm đâu mây trong mắt ? Tìm

trên môi đường ca câu thương nhớ....... Tìm sâu trong muôn thuở Tìm
cho ra mái tóc ngây thơ đó....... Tìm xem trong kinh sử Tìm

sau lưng bốn mùa Tìm nhau như Thiên Cổ tìm Ngàn Thu ! Gặp
tương lai sáng tỏ Tìm nhau khi Nhân Loại được trùng tu ! Gặp

nhau trong hơi thở của cuộc đời   Người ơi ! Gặp nhau hãy nép hơi im trong hương
nhau trong vinh dự của đời người   Người ơi ! Gặp nhau dưới Đức Tin bao la phơi

mới   Gặp   nhau   trong Nhân Tình đầy bác   ái   Ơi Người !   Gặp
phới   Gặp   nhau   trong cơ khổ   của thế giới   Ơi Người !   Gặp

Saigon 1956

nhau trong kinh cầu một hồi   chuông.
nhau   đôi tâm hồn được nghỉ ngơi.

Tìm nơi em
(1969)

Valse lente

Lê Trọng Nguyễn

Tìm nơi em Ánh trăng sao Tìm

mầu mắt thiên thần Tìm bán tôi mua lấy thiên đàng.

Tìm nơi em phút mê man Tìm tiếng cười trong

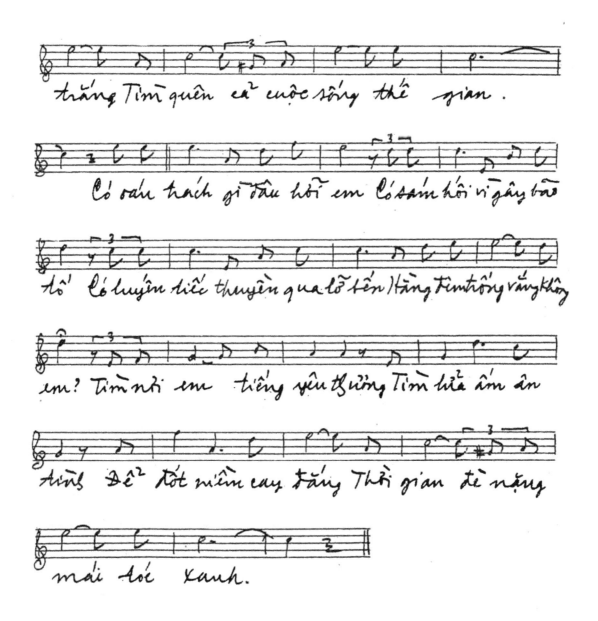

trăng Tìm quên cả cuộc sống thế gian.

Có oán trách gì đâu hỡi em Có sám hối vì gây bão

tố Có luyến tiếc thuyền qua lỡ bến Hãng Tìm trống vắng không

em? Tìm nơi em tiếng yêu thương Tìm hứa ấm êm

tình Để tóc mềm cay đắng Thời gian đè nặng

mái tóc xanh.

TÌM VỀ

của

LAN ĐÀI và Y VÂN

ĐÃ ĐƯỢC HÃNG ĐĨA
SÓNG NHẠC THU THANH THEO PHƯƠNG PHÁP
ÂM THANH NỔI VỚI GIỌNG CA
THANH - THÚY

CHẬM VÀ THA THIẾT

Đêm vắng anh ơi có buồn lắm không?

Về đây cùng tôi cho hết chờ mong, hết khi đường vắng âm

thầm, hết khi lẻ bóng cô đơn, hết mang nỗi sầu vấn vương

Đây có hoa thơm đón chờ bước anh. Đường kinh - kỳ vui muôn ánh đèn

TINH HOA MIỀN NAM PHÁT HÀNH
G. P. số 1678/HĐKDTư/P1/XB 26-7-1963

NHÀ XUẤT BẢN GIỮ BẢN QUYỀN, CẤM
IN RONÉO VÀ CHỤP ẢNH LỜI CA

đêm.   Biết anh còn nhớ gia đình,   biết anh còn nhớ quê

hương,   nhớ nhung lẽ nào không buồn !   Nơi đây có vòng

tay   chờ   đợi,   đang   tha   thiết mong anh   trở   lại .

Phương Nam   ấm êm trong   tình   người.   Anh   nhớ   mau về   anh

sans acc.   A TO

ơi !   Tôi đón   tin   anh   giữa mùa   luyến   thương .

Tình đời   dù cho   xa cách ngàn   phương,   vẫn chung   một ánh   trăng

FINE

vàng,   vẫn chung màu nắng huy hoàng,   soi đường về nơi bến   thương.

NHẠC PHẨM " TÌM VỀ " CỦA LAN-ĐÀI & Y-VÂN TÁI BẢN LẦN THỨ HAI BÌA OFFSET
NGỌC-SƠN ẢNH THÁI-THANH VÀ THANH-THÚY. NHẠC IN TẠI NGUYỄN-ĐÌNH VƯỢNG. GIÁ 7Đ

TÌNH

Beguine Rock T. 15   Văn Phụng

Tình là một chuyện muôn màu. Tình là mình thành vui thật
Tình là một chuyện âu - sầu. Tình là mình nhiều nỗi thương
Đành rằng tình là âu - sầu. Đành rằng tình là nhớ, là

mau.
đau.
đau.

Tình là một bài thơ sầu.
Tình là một chuyện chia lìa.
Đành rằng tình là chia lìa.

Tình là mình thành nhớ thương nhau.
Tình là mình thổn - thức đêm khuya.
Đành rằng tình là khóc đêm khuya.

Tình đẹp tựa mùa thu vàng. Tình mình nhiều mộng ước mênh-
Tình đẹp tựa mùa thu vàng. Tình là mình lệ sa rơi
Đành rằng tình là đau buồn. Đành rằng lệ mình sa rơi

mang.
tuôn.
tuôn.

Tình là một chuyện huy-hoàng.
Tình là một chuyện đau lòng.
Đành rằng tình là đau lòng.

C7

Tình là mình thành nhớ hoang — mang.
Tình là mình mỏi mắt chờ mong.
Đành rằng tình là mãi chờ mong.

FM7   FM7

D7

yêu nhau khi xuân tươi sáng,   yêu nhau trong tiếng ca tiếng
yêu nhau chi cho thương nhớ,   yêu nhau chi khiến đôi mắt
Nhưng sao ta mơ yêu mãi,   nhưng sao ta vẫn thương nhớ

D7

Gm   Gm   C7

đàn.
mờ.
hoài.

yêu nhau trong muôn tia nắng.
yêu nhau sao không đi tới.
Mơ yêu đương trong tia nắng.

C7   FM7   FM7

yêu nhau trong ánh trăng mơ — màng.
yêu nhau sao đã quên nhau   rồi.
Say sưa trông ánh trăng mơ — màng.

Bb6   Bb6

yêu nhau khi sương thu rơi.   yêu nhau khi hoa lá xanh
yêu nhau chi cho tan mơ.   yêu nhau chi cho mắt hoen
Bâng — Khuâng khi sương thu rơi. Cô — Đơn khi hoa lá rơi

A7   A7   E dim.

tươi.   yêu nhau khi mưa đông rơi.
mờ.   yêu nhau chi cho thương đau.
bời.   Lang thang khi mưa rơi rơi.

A7   Dm

yêu nhau, yêu nhau mãi suốt   đời.
yêu nhau chi cho mãi âu —   sầu.
Mơ yêu đương mơ mãi suốt   đời.

TÌNH ANH LÍNH CHIẾN

KÍNH GỞI CÁC ANH VỚI TẤT CẢ
TÌNH THƯƠNG CỦA NGƯỜI EM QUÂN DỊCH

Lam-Phương

Habanera - không nhanh

Xuyên lá cành trăng lên lều vải,

— Lòng đất ấm thương tình đôi mươi. Thương những người mạch sống đang

khơi, đang tìm một cuộc đời cho lòng vơi nét phong

sương . . . Anh chiến trường tôi nơi hậu tuyến,

— Đời lính chiến xui gặp nhau đây Đời đứa mình còn mỗi đêm

nay   nói gì cạn niềm thương đề   rồi mai ta lên

đường .   Rồi ngày mai ra   đi,   chốn biển

thùy anh sá chi gian nguy, có bao giờ anh nhớ chăng đêm

nào nằm gần nhau   hồn xây mộng ước   mai

sau . _____   Mai nếu đời ngăn chia ngàn

lối   , Đừng quên nhé những ngày bên   nhau .

— Đêm cuối cùng buồn quá anh   ơi ! bao giờ tình ngàn

phương hòa lòng trai nơi sa   trường .

TÌNH CA

NHẠC VÀ LỜI : *Phạm-Duy*

mở, Những câu hò sưởi lòng bơ - vơ ! Nhớ thương hoài mảnh tình đơn

sơ, Vững tin về mộng đẹp ngày mơ... Đ.K. — Một   yêu câu

hát Truyện Kiều, Lẳng - lơ như tiếng sáo diều (r) diều làng

ta !   Và yêu cô gái bên nhà   Miệng

xinh ăn nói mặn mà (ừ) mà có duyên !

II

Tôi yêu đất nước tôi !
Nằm phơi phới bên bờ biển xanh.
Ruộng đồng vun sóng ra Thái-Bình
Nhìn trùng-dương, hát câu no lành...
Đất nước tôi !
Dẫy Trường-Sơn ẩn bóng hoàng-hôn !
Đất miền Tây chờ sức người vươn ! (Đất ơi !)
Đất nước tôi !
Núi rừng sâu miền Bắc lửa thiêng.
Lúa miền Nam nhìn gió mùa lên ! (Lúa ơi !)

Tôi yêu những sông trường !
Biết ái-tình ở dòng sông Hương :
Sống no đầy là nhờ Cửu-Long ;
Máu sông Hồng đỏ vì chờ mong...

Điệp Khúc :
Người yêu Thế-Giới mịt mùng
Cùng tôi ôm ấp ruộng đồng (r) đồng Việt-Nam
Làm sao chắp cánh chim ngàn
Nhìn Trung, Nam, Bắc xếp hàng (ừ) hàng mến nhau...

III

Tôi yêu bác nông phu
Đội sương nắng trên bờ ruộng sâu !
Vài ngàn năm đứng trên đất nghèo,
Mình đồng da sắc không phai mầu...
Tấm áo nâu !
Những Mẹ quê chỉ biết cần-lao ;
Những Trẻ quê bạn với đàn trâu ! (Bé ơi !)
Tấm áo nâu !
Rướn mình đi từ cõi rừng cao,
Dắt dìu nhau vào đất Cà-Mâu, (Áo ơi !)

Tôi yêu biết bao người :
Lý, Lê, Trần... và còn ai nữa ?
Những anh hùng của ngày xa xưa !
Những anh hùng của một ngày mai...

Điệp Khúc :
Vì yêu, yêu nước, yêu nòi !
Ngày Xuân tôi hát nên bài (r) bài Tình Ca...
Ruộng xanh tươi tốt quê nhà
Lòng tôi đã nở như là (ừ) là đóa hoa.

T. H. 364

BẢN « TÌNH CA » ẤN-HÀNH LẦN THỨ NHẤT. NGOÀI
NHỮNG BẢN THƯỜNG CÒN IN THÊM 30 BẢN ĐẶC-BIỆT DÀNH
DẤU TỪ P.D. I ĐẾN XX — T. H. I ĐẾN X ĐỀU CÓ CHỮ
KÝ CỦA TÁC-GIẢ VÀ ĐÓNG TRIỆN SON T. H. ĐỀ TẶNG.

Tình Chết Theo Mùa Đông

Chiều buồn ngồi một mình nhìn mây trời mênh mang nhìn

đôi chim lang thang lang thang. Trời buồn người càng buồn trông mây

nước thêm bâng khuâng. Nhớ em từng phút mong từng giây em

ơi! Biết rằng cuộc tình đầu thường gây bao thương đau. Càng

yêu nhau càng xa nhau mãi mãi. Thà rằng người đừng về cho nuối

tiếc thêm dâng cao. Để cho tình chết theo mùa đông năm nào. Người

đến tìm tôi một đêm trổi bão bùng, giọng

nói ngày xưa như hờn oán. Đừng nhắc người ơi, mười

năm rồi còn gì. Anh sợ anh sợ những ngày biệt

ly. Thế rồi tình lại buồn, vì ai gây chia ly, vì

ai em ra đi mãi mãi. Giờ

thì còn lại gì, hay muôn kiếp khóc cho nhau.

Chúc em hạnh phúc trong tình duyên mai sau.

Tình chỉ đẹp
(khi còn dang dở ...)

thủy tiên

Ballade

Tôi đã yêu em từ muôn kiếp nào
(anh)

Cho dẫu mai sau đời nhiều bể dâu Biết rằng chẳng được gần

nhau, đừng đem cay đắng trao nhau, cho cung đàn lỡ nhịp thường đau

Tôi đã yêu em tình yêu ban đầu Tôi biết duyên tôi gặp nhiều khổ
(anh)

đau   Một buồn thức đã quãng sầu, để thương để nhớ cho

nhau. Nước mắt nào rơi vào đêm thâu   Thôi xin em đừng
                yêu nhau chi thêm

buồn   Xin em đừng buồn   Tình chỉ đẹp khi còn dang
buồn vương trong tâm hồn Tình chỉ đẹp khi còn dang

dở Đời mất vui khi đã vẹn câu thề
dở Đời mất vui khi đã vẹn câu thề

Tôi biết yêu em tình tôi lỡ làng. Tôi biết yêu em tình tôi dở
     (anh)

dang.   Cũng đành chấp nhận hợp tan, bèo mây trọn kiếp lang

thang cho cùng buồn rơi vào đêm đen

TÌNH CỜ

Y Vân

duyên   Mới biết núi sông ngàn   lối   dẫu   xa   vời

vẫn dắt díu ta tìm lối. Dưới chân trời   gió   bên sông sườn

núi.   Đến   với nhau thầm nói.   Đến   với anh và tôi sống chung trên

đời.   Sẽ thấy gió khô và nắng cháy.   Có tiếng lá hoa thầm

khẽ nói.   Hãy đón lấy anh và tôi.   Nắng ấm với mưa nguồn

sớm tối.   Đất nước đã không ngờ chắp nối   đời anh bên

tôi.

TÌNH CỐ ĐÔ

Lời : MẠNH-THƯỜNG

Nhạc : LAM-PHƯƠNG

Ấn phẩm 1955 của TINH-HOA — Huế (Việt-Nam)
TÁC-GIẢ GIỮ BẢN-QUYỀN

CẨM TRÍCH DỊCH, IN LẠI
VÀ SỬA ĐỔI LỜI CA KHÚC

Tình Cuối Chân Mây

1992

Nhạc & Lời : Ngô Thụy Miên

Rumba

Tình yêu như lá thu tàn úa gió heo
may ta buồn héo hắt nơi
Người yêu như cánh chim mờ xóa cuối chân
đây Rượu nồng riêng bóng đêm quạnh vắng bước chân
mây Tình yêu dấu trong đời Người yêu dấu tuyệt
say Người hạnh phúc bên trời Còn ta xót xa
vời Làm sao đến bên người người yêu
đời Tình không nói nên lời
Người vui bên Biết mình
hỡi thôi Một lần gặp gỡ em
Tình như dông bão chợt vút qua Tình như say đắm và
thiết tha Một mình ta ngồi thương nhớ.

Nhạc Sĩ Ngô Thụy Miên

Tình đầu

NHẠC : **HOÀNG - TRỌNG**   LỜI : **HỒ-ĐÌNH-PHƯƠNG**

Tango

Vườn lòng vừa hé hoa yêu đời

Tình đầu đã chớm trên môi cười Hôm nao gió ngân

lời : Dù rằng thời gian trôi, nhưng không xóa phai nhòa tình người

Nụ cười càng thắm duyên mơ mòng. Dịu dàng tà áo vương

hương lòng Ôi đôi mắt trong lành, đẹp màu làn tóc xanh càng lưu luyến xuân

tình.   Ai   thay ai   dời   tơ   duyên bước chân sang thuyền,

Ta   riêng ấp   ủ   trong tim tình đầu nào   quên.

Vì lòng đà trót đem hoa   đào   Buộc vào cành thắm xuân

ban   đầu,   Bao nhiêu lá   thư   mầu ngày nào vẫn khắc

sâu ngàn câu mến thương   nhau . . .

"Tình Đầu" sáng tác của Hoàng Trọng
đã viết tại Sài-Gòn năm 1961 với lời
ca của Hồ Đình Phương. Bài này đã do
nhà xuất bản Minh Phát ấn hành lần thứ
nhất năm 1962. (ảnh bìa: Ca sỹ Mai Hương)

Tình Đầu Muôn Thuở

(Nhớ mãi chuyến công tác nhiều kỷ niệm HUẾ 8-66)

Slow Rumba

Từ   lâu không gặp   gỡ,   thương và
Đã   biết không trọn   kiếp   thôi thì

nhớ   nay mới   được   gần   em   Trời   cao   mây
hứa nhau một   lời   mai   sau.   Vì   đâu   thương

trắng,   lạnh   lùng   đã   vỡ   nát   đôi   tim   Em
nhớ   tình   đầu   là   tình   sẽ   không   phai.   Hôm

ơi !   đến   bao   giờ   chúng   mình   thành   đôi   chim,   trong
xưa   đã   có   lần   anh   bảo   mình   xa   nhau,   em

nắng   sớm   ban   mai,   dưới   bầu   trời   êm   đềm,
cố   trốn   thương   đau   để   rồi   mộng không thành.

để   cùng trao nhau từng   hơi   thơ,   thương yêu hơn
Giờ   thì   đôi   ta   sầu   đôi   ngả   khởi   qua chuyện

dối như những ngày đầu tiên
cứ biết ai buồn hơn ai !?

Nhiều

đêm trên đò vắng chỉ mong giấc ngủ êm

đêm. Giấc ngủ sẽ dài triền miên để

quên hết cả ưu phiền Ngồi

(ad lib.)

đây mà nén cơn sầu cho lệ không

tràn ngập giòng sông sâu. Nào ai ngờ chữ yêu

đường chỉ riêng tôi gửi niềm thương vào nhịp cầu.

TÌNH ĐÊM LIÊN HOAN

NHẠC VÀ LỜI : **HOÀNG - THI - THƠ**

ẤN PHẨM CỦA **DIÊN-HỒNG** XUẤT BẢN
Kiểm Duyệt Số 561 ngày 22-3-1963

CẤM TẤT CẢ MỌI SỰ IN LẠI, NẾU CẦN
XIN THƯƠNG LƯỢNG VỚI NHÀ XUẤT BẢN

này. — Lửa hồng càng reo vui nàng hàng càng lên khơi đàn trầm càng chơi

vơi tiếng hò lưng trời, kia này là sương rơi lửa hồng chuyền thêm hơi lòng mình càng vui

tươi ghi nhớ lần cuối. Lửa bập bùng reo vui nàng hàng càng lên khơi đàn trầm càng chơi

vơi. Tiếng hò lưng trời, Kia này là sương rơi. Lửa hồng chuyền thêm hơi. Lòng mình càng vui

tươi nhưng luống bùi ngùi. Vui một đêm nay rồi mai lên đường.

Vui buồn ai hay Tình dâng đêm trường. — Trên nẻo đường quê

hương mai cho dù muôn phương nhưng vẫn còn vấn vương một chiều liên hoan buồn vui chứa

chan ngàn đời chưa tan với muôn tiếng đàn.... Vui một đêm đàn...

QUÍ BẠN YÊU NHẠC CHÚ Ý NƠI TRANG TƯ CÓ THÊM
PHẦN ĐỆM SOẠN RIÊNG CHO TÂY BAN CẦM

Tình Đẹp Như Mơ

Tình yêu từ đâu mà tình yêu vội vã chiếm tim ta. Chỉ một lần qua mà đêm đêm hình bóng mãi bên ta. Lời nào dịu êm người đưa ta vào những giấc mơ xa. Lòng thầm bảo nhau rằng duyên ta gặp gỡ trong kiếp nào. Một lần hẹn trước có phải là mộng ước về sau? Cách xa mặt nhau chỉ

làm ngày tháng hư hao. Tuổi xuân là bao, chẳng

đội thời gian vụt tới. Rồi mai đây trăng tà soi bóng, ngó quanh

lại còn ai. Tình đẹp tình mơ là

tình khi gặp gỡ lúc ban sơ.

Tình là vần thơ mà đôi khi mình ngỡ vẫn bơ vơ.

Tình còn chờ ai để con tim vàng võ suốt đêm nay.

Tình đừng nhạt phai, tình ơi xin tình chớ thêm u hòai.

TÌNH ĐỜI

Minh Kỳ - Vũ Chương

Khi biết em mang kiếp cầm ca đêm đêm phòng
.....mang duyên kiếp cầm ca em xin bằng

trà dâng tiếng hát cho người người bỏ tiền mua
lòng nghe tiếng trách chê của đời. Chỉ cần anh

vui. Hỏi rằng anh ơi! Còn yêu em nữa không? Đừng nói
thôi, chỉ cần anh thôi Còn tin em nữa thôi? Đời vẫn

nữa em ơi! Xin đừng nói nữa làm gì. Anh nghĩ
thế em ơi! Xin đừng nói đến tình đời. Em nhớ

rằng   đời   người   ca   sĩ   đáng   thương   và   đáng   được
rằng   đời   là   gian   dối   nhưng   đôi   ta   mãi   còn

FINE

yêu.   Tình   yêu   em   sợ   tình   yêu.   Vì   tình
nhau.

yêu   như   là   hương   hoa. Lỡ   mai   sau   em   mất   tình   yêu   em   khổ   thật

nhiều.   Ngày   mai   trên   đường   phố   này.   Những   đêm

khuya   có   anh   đưa   về   xóm   nhỏ   xa   lìa   ánh

đèn.   Có   anh   đưa   em   về   bến   mơ.   Khi   trót...

TÌNH ĐÔI TA

Y-Vân và Hoài-Linh

Beguine Rock

(Tacet)

Có sao có sao em buồn em ơi
...lời bên nhau

Tiếc chi tiếc chi bao ngày xa xôi   Ước chi ước chi con
Hát di hát di cho tình thêm sâu   Có bao có bao nhiêu

đường tương lai   ơ   ơ ơ   ơ   ơ ơ   ơ   ơ ơ   ơ
ngày vui đâu   ơ   ơ ơ   ơ   ơ ơ   ơ   ơ ơ   ơ

ơ   biết hôm này   thôi.   *Nói di nói di đôi...*
ơ   hãy vui di   ...nào

Dù rằng mộng đời chỉ là vô hình   Mà trời đầy bao giông hung tàn

Nhưng em ơi khi nao đôi   trái tim   Cùng nhịp đều khúc ca ân   tình

Như hôm nay đôi   ta bên nhau (ừ)   đôi ta (ừ)   đôi ta (ừ) quên đi bao năm giông

tố.   Có   em   có em khung trời thêu hoa   Có   anh có anh cuộc

đời nên thơ   Lắng   nghe   lắng nghe đôi   nhịp tim ta

ơ   ơ   ơ   ơ   ơ   ơ   ơ   ơ   ơ   ơ

ớ tiếng ca chan   hòa.   Cớ   sao   cớ sao em...

...hòa.   Ờ   tình yêu đôi   ta.   Ớ   tiếng ca chan...

TÌNH KHÚC BUỒN

THƠ: PHẠM DUY QUANG
NHẠC : NGÔ THỤY MIÊN

Em như một nụ hồng Cầu mong chẳng lạnh
...nồng Dìu ta vào cuộc

lùng Em như một ngày mộng Mà ta hằng ngại ngùng Sẽ ru ta nghìn
mộng Em như vạt lụa đào Quyện ta lời thì thào Sẽ qua đi ngày

nhớ Một ngày thoáng mây đưa Chuyện tình đã như mơ Em như giọt rượu...
tháng Tình rồi cũng xa...

...xưa Buồn. Cuộc tình ngỡ đã xa xưa Đã xanh xao tự thuở

nào Chợt người đến với tim ta Xóa tan đi một mảnh

đời   Cuộc   tình   quý   giá   mong   manh   Có   chơi   với   ngược   dòng

đời   Nghìn   trùng   dòng   sông   có   vui   Ôi   sao   người   miệt

mài   Ngày   vui   nào   còn   dài   Ta   ưu   phiền   từng

...lần   Mà   nghe   tình   thật   gần   Xin   cho   được   một

ngày   vội   chôn   cuộc   tình   gầy   Chết   đi   bao   lời

lần   gọi   tên   người   thì   thầm   Có   qua   đi   ngày

nói   Rừng   nào   có   sa   mưa   Tình   nào   sẽ   như

tháng   Trả   lại   thoáng   mây...

thơ   Sao   chưa   gặp   một...

...bay   Buồn.

Tình Khúc Chiến Trường

Thơ Ngô Đình Vận - Phạm Duy phổ nhạc

tới em ! Những gì còn sống sót trên đời Như hơi ấm tuyệt vời Như hơi

ấm tuyệt vời Ta ôm em và tan loãng trongkhông gian và tan loãng trongkhông

gian lưu đầy... Gửi tới em ! Gửi tới em ! Gửi tới em ! Em có nghe xào

xạc Tiếng lá bay xào xạc Tiếng gió đêm buồn buồn Lang thang trên muôn

vàn đỉnh cây Hạnh phúc nào không tả tới không đắng cay? Hạnh phúc nào không tả tới không đắng

cay Hạnh phúc nào không tả tới không đắng cay? Hạnh phúc nào không tả tới không đắng cay ?

Saigon 1960

TÌNH KHÚC
Chiều mưa

Nguyễn Ánh 9

Boston

Tình chết không đợi chờ! Tình
xa ai nào ngờ! Tình đã phai nhạt màu còn
đâu ?! Tình trót trao về người, thì dấu lỡ làng
rồi, người hỡi xin trọn đời lẻ loi!
Chiều mưa ngày nào sánh bước bên
nhau, tin yêu rạt rào mộng ước mai sau, cho ân tình

đầu mãi mãi dài lâu, cho duyên tình đầu dừng có thương đau! Chiều nay một mình chiếc bóng đơn côi, mưa rơi giọt buồn giá buốt tim tôi, mưa rơi lạnh lùng xóa dấu chân xưa, tin yêu bây giờ trả lại người xưa. Tình lỡ nên tình buồn, tình xa nên tình sầu! Tình yêu phai nhạt màu tình đau ! Lời cuối cho cuộc tình, dù đã bao muộn phiền lòng vẫn yêu trọn đời người yêu ơi !

Tình Khúc Cho Em

Lê Uyên Phương

Như hoa đem tin ngày buồn, như chim đau quên mùa

Xuân. Còn trong cơn mê buồn tênh. Lệ mãi những bước e

chề. Xin cho thương em thật lòng, xin cho thương em thật

lòng. Còn có khi lòng thôi giá băng. Cho em môi hôn vội

vàng, cho em quen ân tình sâu. Dù em không mong dài

lâu xin cất lấy tiếng mơ đầu. Xin cho yêu em nồng

nàn. Xin cho yêu em nồng nàn. Dù tháng năm buồn vui bàng hoàng.

Vì đâu mê say phồn hoa, như áo gấm sáng lóng

lánh. Ôm rách nát không tâm linh. Ôm tiếng hát không hơi

rung nghèo nàn. Còn yêu chi hoa ngày xanh héo hon vì mong manh, bỏ

quên lại người sau ngỡ ngàng. Thương em khi yêu lần đầu, thương em lo âu tình

sau. Dù gương xưa không được lau, soi lấy bóng mối duyên sầu. Cho tôi yêu em nồng

nàn, cho tôi yêu em nồng nàn. Dù biết yêu tình yêu muộn màn.

Tình Khúc Mùa Xuân

Ngô Thụy Miên
Huy Linh

Tình yêu đó cho em tháng năm trên từng phím Xuân

lay đóa môi xinh giòng tóc mây bay.   Mùa Thu lá heo

mây gọi về,   mùa Đông nắng hanh trên tuổi thề,   mình đan nắng ru

mây ước mơ xa vời.   Một hôm gió Xuân sang, mây lang

thang cài tóc em mang đến thăm   em chiều nắng miên man.

Rồi Thu đến sao em giận hờn,   rồi Đông đến sao

em lạnh lùng, đường phố vắng thênh thang ru buồn gót chân.

Chiều còn mưa bay ướt bước chân mòn lãng du, ướt áo cho tình thấm

sâu, ướt đóa môi hồng hững hờ, rũ ướt cung đàn buồn dâng mây tím giăng

ngang buồn vương ân ái phai tàn. Mùa Xuân đến chưa

em, bước chân ai dìu tiếng mưa đêm, vắng xa chưa dòng tóc mây bay.

Mùa Thu vẫn chưa nguôi giận hờn. Mùa Đông vẫn chưa

thôi lạnh lùng, Giòng lá cuốn em mang trôi dài mãi trôi.

Tình khúc Ơ-bai

Trịnh Công Sơn

Tôi đi bằng nhịp điệu. Một hai ba bốn năm, Em đi bằng nhịp điệu. Sáu bảy tám chín mười. Ta

TÌNH KHÚC THÁNG SÁU

Ý THƠ : NGUYÊN SA

NHẠC : NGÔ THỤY MIÊN

Tháng sáu nhạt mưa, mưa ướt mềm vai
Tháng sáu trời mưa, em có buồn không

em Trời mênh mang xóa kín bờ mi ngoan Gót
em Tình yêu kia ai nói bằng mi cay Hãy

bước buồn lay trong gió chiều mưa bay Hồn bâng
khóc thật say say với tình yêu tới Dù mưa

khuâng nghe tiếng gọi đam mê. Anh
bay hay gió buồn nghe em. Anh

muốn cùng mây giăng kín đường về Gọi tên
muốn gần em yêu mãi nụ cười Dựa vai

TÌNH KHÚC

NHẠC: VŨ-THÀNH-AN
soạn theo một bài thơ của
NGUYỄN ĐÌNH TOÀN

ADLIB...

Tình vui theo gió mây trôi Ý sầu mưa xuống đời Lệ

rơi lấp mấy tuổi tôi mấy tuổi xa người Ngày

thần tiên em bước lên ngôi đã nghe son vàng tả tơi Trầm

mình trong hương đốt hơi bay mong tìm ra phút xum vầy Có

biết đâu niềm vui đã nằm trong thiên tai Những

cánh giơi lẻ loi mù trong bóng đêm dài Lời

nào em không nói em ơi tình nào không gian dối   xin yêu nhau

như   thời   gian   làm giông bão   mê say   lá thốt

lên   lời cây   gió lú dưa dường mây   Có yêu   xin những

ngày   thơ   ngày   lúc mất chưa   nhạt phai   Lúc tóc

chưa   đổi thay   Lúc mới   chưa   biết dối cho lời   Tình
                                                                   Thần

vui   trong phút giây thôi   Ý sầu nuôi suốt đời   thì
tiền   gầy cánh dêm xuân   Bước lạc sa xuống trần   thành tình

xin   giữ lầy niềm tin   Dầu mộng không dền   Dù
nhân   dừng giữa trời không   khóc mộng thiên dường   Ngày

trời đem cay đắng gieo thêm   cũng xin dón chờ bình yên   vì
vì qua xa lắc là thế   chốt nghe theo lời u mê   làm

còn dây câu nói yêu em   Âm thầm soi lối vui tìm dến.
tình yêu nuôi cánh bay di   Nhưng còn dăm phút vui trần thế

tình kỵ nữ

TÔ DI BLUES

Đêm nay đôi người khách giang hồ Gặp nhau tình trăng nước... Sánh vai nhịp bước mơ hồ Kẻ vai ước xây nhà bên suối Kẻ mãi ước gây với đường ta.. Đêm nay hương tình bắc mơ màng Huyền âm buồn lai láng Thướt tha hình dáng yêu kiều Bên

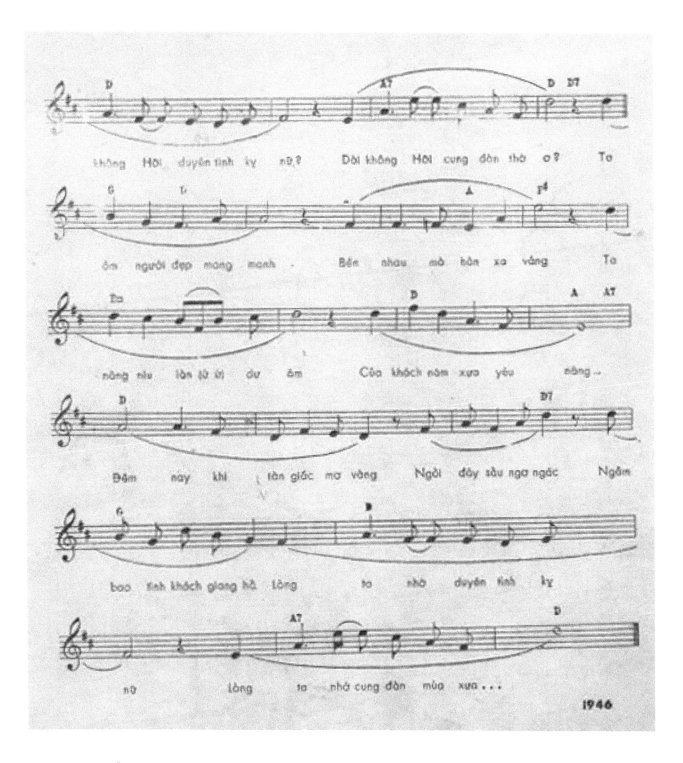

TÌNH HOÀI HƯƠNG
(NOSTALGIE)

PHẠM-DUY

Giấy phép số 2755-BTT/PHNT ngày 16-6-71

Tình Hờ

Nhạc và lời : Phạm Duy

Chua Chát

Tôi đang lừa dối em mà sao em không biết Những lời nói tình

duyên với tôi không cần thiết. Chớ nên thề thốt chi Đùa vui thôi đấy

nhé ! Sau đắm và si mê Sẵn sàng đang nhạt nhoè ! Tội nghiệp

quá xây những lâu đài cát mơ Biển vắng trong chiều sắp mưa Tình cũng như là đám

mây mịt mờ. Tình là nhớ, xin nhớ không lừa dối ai Đừng nói câu chuyện lứa

đôi Tình cũng như dòng nước trôi.... Khi tôi tìm đến em tìm vui trong chốc

lát   Đến một lúc rồi quên   Nhớ nhung không cần thiết.   Khi em hiểu rõ

tôi   thì không nên <u>bối rối</u>   Yêu nghĩa là phai phôi   Nghĩa là mang hận hoài...
        (lần sau : <u>túc tối</u>)

Saigon 1970

Tình Lính

Y VÂN

TWIST

Anh là lính đa tình Tình non sông rất nặng

tình hải hồ ôm mộng Tình vũ trụ ngát

xanh và mối tình sông êm đềm là tình

riêng trong lòng anh yêu em Có lúc muốn

lấy hoa rừng anh gửi về em thêu áo

và ngàn vì sao trên trời kết thành một

chuối em đeo Dù rằng đời lính không giàu mà

chắc không nghèo tình yêu Anh là lính đa

tình

tình non sông rất nặng

Tình hải hồ ôm mộng Tình vũ trụ ngát

xanh là mối tình rất êm đềm là tình

riêng trong lòng anh yêu em.

tình màu HOA ĐÀO

Tặng Lệ-Khánh « Người con gái đa tình »
mà chuyện lòng đã giúp tôi ít nhiều cảm-hứng
để viết nên ca-khúc này.

H.T.T.

Hoàng-Thi-Thơ

BOLÉRO

Một mùa   Đông có khách   đa tình đến miền cao
Nàng nơ   sinh Chúa cho   đa tình yêu một chàng

nguyên.   Đây miền thần   tiên giữa lúc   hoa đào mang buồn vào
trai.   Thế hệ ngày   nay chiến binh   anh tài thầm mộng lòng

duyên.   Đà - Lạt   ơi khách nghe tiếng   giận hờn,   Cánh hoa rớt
ai.   Nàng hằng   mơ ước mơ ước   một mình   ước mơ với

ngoài trời   đẳng cay rớt   vào hồn,   rồi khách thấy   buồn,   ngồi nghe mối
lòng thành   ước mơ với   người tình   chờ khi thanh   bình,   cùng xây ân

tình một người giống hoa Đào   rơi   Tình yêu ban đầu
tình dìu vào giấc mơ đẹp...   (Nàng nơ...) ...xinh.

ấy, thường như cánh hoa   mai   màu hoa hoa hồng tươi   làm   ai thiết tha
lắm, thường mang đến chia   ly   người trai lên đường đi   chàng   vui khoác chinh

ai ? Tình yêu như đào thắm, màu ân ái hây hây. Tình đang say họ
y. Rồi đông mang buồn tới, chiều đông có hoa rơi. Chiều thê lương nàng

yêu nên đặt tên «Hoa Ái Tình » (Thời gian vô tình...) ...trường. Rồi từ đây má mồi
nghe tin chàng hy sinh chiến...

không còn thắm đậm màu son. Sắc hồng màu son đã tô

hoa đào thắm từng mùa đông. Từng mùa đông mỗi khi thấy

ngoài trời gió mang đến bồi hồi. Cánh hoa rớt ngoài trời buồn duyên lỡ

làng, đặt tên hoa đào nàng gọi «Cánh hoa bẽ bàng »

bàng » Tình xưa dịu dàng, đào là «Hoa Ái tình » chừ duyên lỡ

làng, nàng gọi tên hoa « Hoa Bẽ... Bàng »

TÌNH MIMOSA

Nhạc và lời Vũ đức Nghiêm

Tha thiết

Hoa Mi mo sa - Đêm sương Đà - Lạt - Dâng hương ngào

ngạt - Vương buồn lòng ta - Long lanh muôn sao - Trong đêm thì

thào - Tim ta dạt dào - Tình xưa khổ đau Mùa thu

về Bầu trời trong xanh - Giọt sương lấp lánh - Cánh hoa mong

manh - Người yêu dấu tha thướt kiều sa - Gót sen ngọc

ngà - Vương vấn ngàn hoa - Năm xưa chung đôi - Nay xa người

rời - Cho ta nghẹn lời - Thương về ngày vui - Ơi Mi mo

sa! Hương thơm dịu dàng - Con tim bàng hoàng - Cuộc tình sót sa .....

Nhạc sĩ Vũ Đức Nghiêm
(1930-2017)

TÌNH NGHỆ SĨ
Từ Linh

Slow

Đây khách ly hương mấy thu vàng ấm.

Nơi quán cô đơn mơ qua trùng sóng. Mơ tới bên em em tô quầng

mắt Em tôi ngập ngừng trong tấm áo nhung.

Tung phấn hương yêu qua muôn lời hát. Bay tới bên em tới em thầm

nhắc.   Đây ý tơ xưa dâu duyên tình cũ.

Bóng anh phai dần ái ân tàn theo.   Mối tình nghệ sĩ như giấc mơ.

Chóng tàn vì vướng muôn ý thơ.   Mỗi chiều ngàn tiếng tơ khóc than còn

nhắc mãi tới đêm nao trăng về.   Theo gió tha hương bay về miền xưa.

Nâng phím tơ lên mấy cung lả lơi.   Đây phiếm đưa duyên đây hoa đợi

bướm.   Lá thu lìa cành nhớ hoa ngàn xưa.

tình nghèo

Thơ : HỒNG NAM
PHẠM DUY soạn thành ca khúc

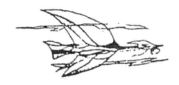

Tình Nghiã Đôi Ta Chỉ Thế Thôi

Thôi là hết em đi đường em.

Tình duyên mình chỉ bấy nhiêu thôi. Còn mong gì ngày tháng xa

xôi. Nhắc làm gì chuyện năm xưa cho tim thêm ngẩn ngơ.

Thôi là hết anh đi đường anh. Từ đây sầu dấm nát tim

côi. Vì sao trời đành bắt duyên em lỡ làng cùng người em

thương, lỡ làng cùng người em yêu. Từ đây em

xin người yêu đừng oán trách hay giận hờn gì em.

Nếu trước chúng ta đừng biết, thì thương nhớ không về trong đêm nay. Nhiều đêm chăn gối bên người không quen biết, sao tim em cảm thấy như cô đơn. Tại anh không nói hay tại em không biết mà tình ta tan vỡ theo thời gian. Thôi là hết chia ly từ đây. Người phương trời kẻ sống bơ vơ. Nhiều đêm buồn về chiếm tâm tư nghe lòng mình còn thương ai, Nghe lòng mình còn yêu ai.

TÌNH NGƯỜI CÒN ĐÓ

(1963)

Nguyễn-hữu-Thiết

SLOW ROCK

Quên nhau sao đành mùa thương năm ấy...

Bên trăng, bên đời, một trời đắm say ! Đón gió mây về cùng bao ước

thề... Kỷ niệm buồn vui nhớ đời ! Trăm năm mối tình chớ phai !

Qua bao thu rồi lòng tôi vẫn nhớ... Xa nhau lâu rồi tưởng như giấc

mơ ! Cách núi, ngăn đời, giòng sông hững hờ... Mà ngàn đời không xóa

mờ !   Cuộc tình mình tự ngày   xưa !   Biết chăng ! Thu về ngập tràn nhớ

thương !   Thấu   chăng tơ lòng ngậm ngùi năm   tháng !   Người ơi, xa

cách có buồn lòng ?   Người ơi, mưa   nắng có ngại ngùng ?   Nơi này đợi

ai mong ai mùa thương còn đang vấn   vương !   Anh nơi xa vời ngoài kia có   biết ?

Bao năm mỏi mòn lệ hoen mắt   ai !   Ngóng cánh chim   trời về đầy nỗi

lại ...   Tình người còn đầy hời người ! Thương nhau cho trọn người   ơi !

tình người tôn nữ

nhạc và lời: TRƯỜNG SA

* ý thơ: **Hoàng Thành có người Tôn Nữ** của Tường Linh

chậm rãi...

① Hoàng thành xa đường núi sông cách trở ta với
② Còn tìm đâu giòng nước êm hững lờ trăng gió

người   Tôi quên sao chốn son vàng có một nàng Tôn
hiền   Cho tôi mơ khúc Nam Bình thoảng sầu thương lai

Nữ   Ngày xưa ấy tôi với nàng những chiều bờ Hương
láng   Người phương ấy xin hiểu dùm nỗi lòng người nơi

Giang, những khi trong vườn Nguyên Hoang hoa nở Nam Giao chiều ướt lệ trời giăng
dây. Giữa đêm trăng gầy, chút tình cô lữ, nghe chưa đẩy nghĩa lòng mình thương...

1.
mưa   (Còn tìm...)
② ...nhau.

2.
Người

quen tôi ghé quê em, chuyến tàu đêm lạnh buồn tênh Quà

cho em dành không nhé! Có sầu nào nở gửi chi. Đời

tôi lê gót phương xa những tình không ngại đường xa, Nợ

em xin đền sau nhé! trăm vạn lần những khi xưa. Còn từng

đêm ngồi thức mơ nhớ người nơi Cổ Thành. Mưa Kim

Long trúc xưa gầy có chờ chim xanh tới. Giòng sông

ấy nay vẫn còn chiếc thuyền chờ neo không. Hãy xin cho lòng đá vàng muôn

thuở. Mai tôi về nối lại ngày vui xưa./.

TÌNH NHỚ

Trịnh Công Sơn

Tình ngỡ đã quên đi, như lòng cố lạnh lùng. Người ngỡ đã xa
(Tình ngỡ đã phôi) pha, nhưng tình vẫn còn đầy. Người ngỡ đã đi

xăm bỗng về quá thênh thang, Ôi áo xưa lồng lộng, đã xô dạt trời
xa, nhưng người vẫn quanh đây. Những bước chân mềm mại, đã đi vào đời

chiều, Như từng cơn nước rộng xóa một ngày đìu hiu. Tình ngỡ đã phôi...
người, như từng viên đá...

...cuội rớt vào lòng biển khơi. Khi cơn đau chưa dài thì tình như chút

nắng, khi cơn đau lên đầy thì tình đã mênh mông. Một người về đình

cao một người về vực sâu, để cuộc tình chìm mau, như bóng chim cuối

đèo. Tình ngờ chết trong nhau, nhưng tình vẫn rộn ràng. Người ngờ đã quên
(Người ngờ đã xa).... xưa nhưng người bổng lại về. Tình ngờ sóng xa

lâu nhưng người vẫn bâng khuâng. Những ngón tay ngại ngùng, đã ru lại tình
đưa, nhưng còn quá bao la. Ôi trái tim phiền muộn, đã vui lại một

gần như ngoài khơi gió động hết cuộc đời lênh đênh. Người ngờ đã xa...
giờ, như bờ xa nước...

...cạn đã chìm vào cơn mưa

TÌNH PHỤ

Đỗ Lễ

Boston

Chuyện tình mười mấy năm qua nay bỗng xót
Chuyện mình tàn với năm qua mang thêm xót

xa những khi sầu dâng. Còn đâu ngày quen biết
xa mỗi khi lệ rơi. Sầu dâng ngày tháng đớn

nhau đã yêu em rồi, yêu cả cuộc đời. Khi
đau trách ai phụ mình, trách ai bạc tình. Cho

em đã phụ lòng anh, nỡ phụ lòng anh, đau thương để
em vẫn phụ lòng anh, vẫn phụ lòng anh, cho anh vạn

lại xót xa vô vàn. Chỉ là hội ước những lời hẹn
sầu đắng cay tình đầu. Còn lại mầu trắng xóa mờ cuộc

thể   mà   lòng   tái   tê.   Thôi   nhé   em,   còn   hận   tình

tình   đời   còn   dở   dang.

này   bao   nhiêu   đắng   cay   hãy   cố   quên   di.   Đem   chôn

vùi   vào   ngày   thật   buồn   cho   anh   cô   đơn   mãi   mãi   mà

thôi.   Thôi   nhé   em   người   nào   phụ   tình,   lòng   buồn   một

mình,   ray   rứt   không   thôi.   Khi   phụ   lòng   thì   ngờ   tình

người   mang   theo   thương   đau   khi   giã   từ   nhau.   (Chuyện.)

Tình Quê

Thơ Hàn Mặc Tử - Phạm Duy phổ nhạc

Dịu Dàng

Trước sân anh thơ thẩn Đắm đăm trong nhạn về Mây chiều còn phiêu bạt Lang

thang trên đồi quê Gió chiều quên ngừng lại Dòng nước luôn trôi đi Ngàn lau im tiếng
Dưới trời Thu bàng bạc Lả lướt khắp thôn quê Rồi khi nhìn mây

nói Lòng anh dường đê mê... Cách xa nhau muôn dặm nói chi tới trăng thề Ai
nước Lòng não nề tình quê... Trước sân anh thơ thẩn Đắm đăm trong nhạn về Mây

dù không lắng đợi Hay ai không lặng nghe. Dù ai không lắng đợi Cho dù ai không lắng
chiều còn phiêu bạt Lang thang trên đồi quê. (HẾT)

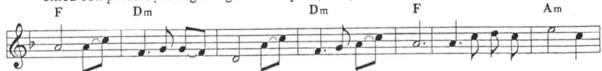

nghe Tiếng buồn trong sương đục Tiếng hờn sau lũy tre Dù ai bên bờ liễu Cho

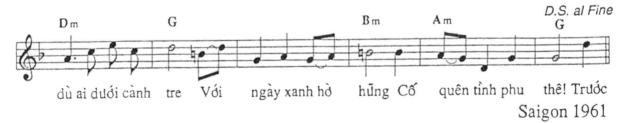

dù ai dưới cành tre Với ngày xanh hờ hững Cố quên tình phu thê! Trước

Saigon 1961

Nhạc sĩ Phạm Duy
(1921-2013)

TÌNH QUÊ

Lời : **HỒ - ĐÌNH - PHƯƠNG**   Nhạc : **CHÂU - KỲ**

Valse moderado

Tình quê : giòng suối thanh, Tình quê : đồng lúa xanh , Dịu - dàng hoa ngàn thẩm ngát hương trinh... Lâng- lâng cô thôn - nữ Tay mềm mơn chồi lúa Cung lòng vươn lời ca đùa theo gió... Ngừng đây người khách tơ , Ngừng đây nguồn ý thơ, Chiều tàn đềm dần xuống lướt sương mơ... Bâng - khuâng cô thôn - nữ Nghiêng mình qua chồi lúa Ngây nhìn ai tìm trao lời thơ... (Khách Thơ) — Xa xa chim say lưng

Đã thu thanh vào dĩa hát
PHILIPS do Ban Hợp Ca
THĂNG-LONG trình-bày

trời ?   (Thôn-nữ) — Chim   tung   bay   muôn   lối...   (Khách Thơ) —

Đây   trông hoa xinh   yêu đời ?   (Thôn-nữ) — Hoa   lung - linh   đàn

lơi...   (Thôn-nữ) — Xa   xa êm đưa   hương ngàn ?   (Khách Thơ) —

Hương   gieo thơ   lai - láng...   (Thôn-nữ) — Bên   sông trăng lên   mơ-

Rall.   *A Tº*

màng ?   (Khách Thơ) — Trăng   buông buông   tơ   vàng...   Tình

Quê :   ngàn lúa   reo,   Tình   Quê :   lời suối   theo   Hòa   cùng   muôn vàn

tiếng   sáo phiêu - diêu...   Bao - la   trăng rơi   ánh...   Ngày

                                                          Rall.   HẾT

nhìn :   đời hồn thanh   Quên đời,   mơ-màng kiếp   đồng xanh...

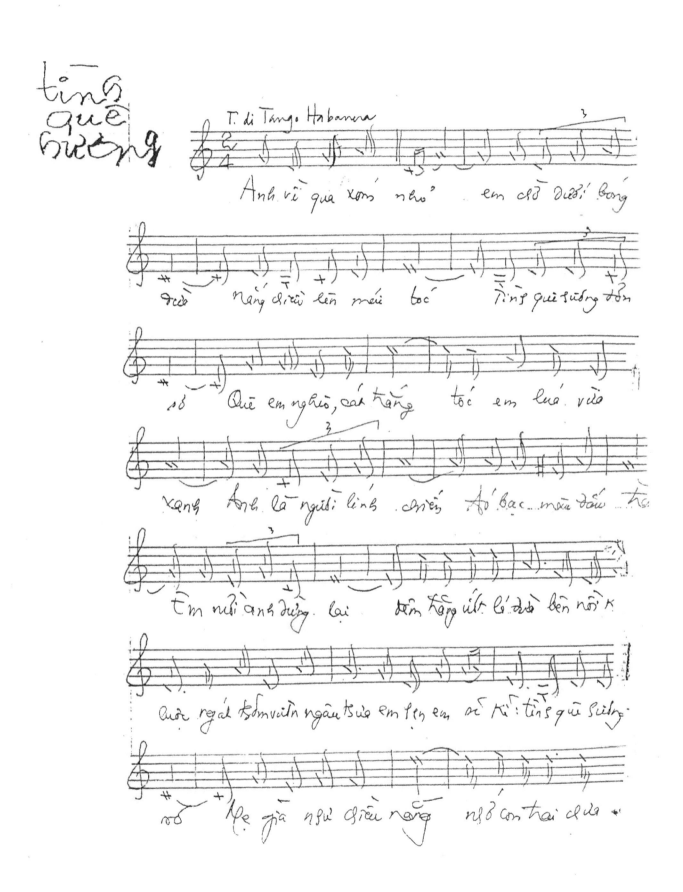

tình quê hương

Thơ Phan lạc tuyên Nhạc Đan thọ

vẻ Ruộng nghèo hay đủ thóc nền nghèo nay tầm tua ngồ biển màu loang

bạn quê nghèo tiêm xác xơ   Anh chiến binh tiền tuyến...

...về giải phóng quê em _   Bao này câu đất nước

nói về quê miền trung tòng sứ

là anh tằm em nhớ là con của me giữ quê

đường   Quê nghèo mau ủ tuổi mầm ... sống

tàn tệ thô reo giữ lòa vàng

TÌNH QUÊ HƯƠNG

Việt Lang

Ngàn dâu xanh ngát mấy nếp tranh xa mờ tiếng sáo
Lòng trai muôn thuở những bước chân giang hồ kiếp sống

bay dập dìu đường về thôn xưa. Tình quê lai láng dưới trời
tung bụi mờ một chiều chia phôi. Đường đi xa tắp tháng ngày

thu. Khói xây thành chập chùng mây đưa. Cành tơ
trôi. Nhớ nhung hoài nhạc sầu chơi vơi. Lòng say

liễu thấp thoáng bên hồ. Mùa nhớ nhung dòng nước lững
mê dấng bước ra đi. Vì núi sông ca khúc nguyện

lờ.   Ta   ra   đi   một   chiều   thắm   vang   lời
thề.   Bên   nương   dâu   đường   xanh   ngát   ta   về

ca   buồn   trong   khóm   lá   nỗi   u   hoài   ngày   tháng   khôn
đây   chiều   mơ   gió   mát   bóng   chiều   ta   tràn   thắm   hương

nguôi.   Miền   xa   thương   nhớ.   Tình   quê   hương   thiết   tha   buồn
quê.   Này   đây   khóm   lá.   Này   đây   bao   nếp   tranh   mờ

lắng   nhắn   theo   lời   gió.   Mùa   trăng   êm   tiếng   tơ   một
xóa   những   khi   chiều   xuống.   Này   đây   bao   thiết   tha   êm

trời   còn   vương.   Ôi!   buồn   nhớ   quê   hương.
đềm   tình   thương.   Ôi!   buồn   nhớ   quê   hương.

Tình sầu

Trịnh Công Sơn

Chậm

1. Tình yêu như trái phá con tim mù lòa. Một mai thức
(Tình) yêu như vết cháy trên da thịt người . Tình xa như
2. Tình yêu như nỗi chết cơn đau thật dài , Tình khâu môi
(Tình) yêu như cơn bão đi qua địa cầu , Tình thắp cơn

dậy chợt hôn như ngất ngây, chợt buồn trong mắt nai , Rồi tình vui trong
trời, tình gần như khói mây, tình trầm như bóng cây, Tình reo vui như
cười, hình hài xưa đã thay, mặn nồng xưa cũng phai, tình chia nhau gian
sầu , tình dìu qua hố sầu , tình vời lên núi cao , Rồi trong cơn yêu

mắt , Rồi tình mềm trong tay . Tình ...
nắng Tình ...   ... buồn làm cơn say .
dối , tình dày tình đổi nôi .   Tình ...
dấu   tình ...   ... dày tình xa nhau .

Cuộc tình lên cao vút như chim mỏi cánh rồi , như chim xa lìa

bầy , như chim xa lìa trời , như chim bỏ đường bay .   Tình
                                                                                              Tình

yêu như trái chín trên cây rụng rời , Một mai thức dậy chuyển
... yêu như thường ủ quen hơi ngọt ngào Rời nhau hôm nào hồn
yêu cho anh đến bên cơn muộn phiền , Tình đi ấm thầm nghìn
... yêu như đôi sáng con tim tủi nguyền , Tình lên êm đềm . Vội

trở với lá cây , rồi buồn như lá bay . Một giòng sông nước cuốn . Một
mình như vá khâu buồn mình như lũng sâu , Rồi tình trong im tiếng . Rồi ...
trùng như vết sương lạnh lùng như dấu chim , Tình mong manh như nắng . Tình
vàng nhưng chóng quên , Rộn ràng nhưng biến nhanh . Tình cho nhau môi ấm , Một ...

cuộc tình không may .
còn đấy không Em ?   Tình ...   ... tình ngoài hư hao .
                                        Tình ...   ... lần là trăm năm .

Tình sầu du tử lê

Nhạc: Phạm Duy

ta như sương cao mà người như hoa sầu ! ta dối gian
nhau nên nát nụ hôn đầu.... tình đi từng bước đi từng trên đầu
bước... gió... gieo xuống lòng nhau ôi từng hạt thương đau...
người một phương ta cũng một phương ! phố cao ngày thấp nên nắng mưa trùng
trùng... mắt có sầu đề nhốt trời giông tố... ta là hồn
câm cho cơn bão lên ! người ở đây ta cũng ở
đây ! lòng không như mặt mà lòng lệ tràn đầy... chân đi theo

gió sầu ba hương tay với một trời trời mưa bay...

người đã vì ta tan ước mơ! phấn son chưa ngắt thịt da

ngà... môi non đã lỡ tình đau đớn! mộng vừa theo trời hoa phượng

xưa... người chôn đời mà ta đắng cay! cây im

là và khói sương bày... chim treo mỏ cóng trơ xương

mục... sống đã chẳng cùng chết sao hay??? người ở đâu? ôi ở

đâu??? cỏ xanh còn áp má những đêm sầu! dế dun còn

tiếc múa ân ái... từng phiến trời mang bao vết thương!!!

thương! từng phiến trời mang bao vết thương! từng phiến trời

TÌNH TRĂNG

NHẠC
HOÀNG - TRỌNG

LỜI
HỒ - ĐÌNH - PHƯƠNG

TANGO

Ánh trăng là đến trời soi dịu nhân thế vui đếm qua,

Ánh tràng là nụ cười xinh mơn trớn lá hoa. Ánh trăng

là tình ta đã ghi tự xưa nhạc êm trót vương lời thơ xui lòng căng

nhớ muôn đời còn mơ... Kìa trông vầng trăng yêu dấu

xóa mờ làn mây trôi tới đâu? Cầu nào vừa nối duyên Ngâu

cho giòng Ngân-Giang hết âu sầu? Người trông màu trăng lai láng

bước từng nhịp chân đi ngở ngàng,   Hồn thơ lên vút mênh mang

Ôi   càng khuya thấy càng bâng khuâng Tơ lòng vương theo gió lắng   ở tình   trăng!

Có trăng   là cuộc đời ta vượt qua bóng đêm chơi vơi,   Có trăng

là cuộc đời ta thôi hết lẻ   loi,   Có trăng mộng đẹp thêm thắm tươi lòng

ơi! Nhìn hoa lá buông lả   lời gieo tình ngàn lối   khơi tràn niềm

vui...   Ánh trăng còn   đó... ta còn   say mơ!

Ca Khúc " Tình Trăng" do Hoàng Trọng
sáng tác năm 1956 tại Sai-Gon với lời ca
của Hồ Đình Phương.   Bài nầy đã do nhà
xuất bản Diên Hồng ấn hành lần thứ nhất
năm 1957.   (Ánh bìa: Ca sỹ Thái Hằng)

TÌNH TRONG NHƯ ĐÃ

Quốc Dũng

Mỗi   khi   gặp   anh,   dù
Mỗi   khi   gặp   em,   lòng
Mỗi   khi   gặp   nhau,   ngàn

phút   giây   mỏng   manh,   hồn   em   như
thiết   tha   gọi   tên,   sợ   em   quay
ước   mơ   thầm   trao,   lời   tuy   chưa

mái   thuyền   lướt   trên   dòng   nước   xanh.
gót   lăng   bước   cho   lòng   xót   thêm.
nói   lòng   đã   như   thầm   khắc   sâu.

Đang   cuốn   trôi   về   anh.   (Hm....... ....
Nên   đứng   trong   lăng   yên.   (Hm....... ....
Muôn   kiếp   không   rời   nhau.   (Hm....... ....

Lòng bâng khuâng, dù quay lưng, mà không
Chiều nghiêng nghiêng, bờ vai em, vờn trong
Đã yêu nhau, mà xa nhau, để lòng

sao bước được nhanh. Mắt anh sáng ngời, và
suối tóc dịu êm. Mắt em thoáng nhìn, và
vương mãi sầu đau. Thấy nhau hững hờ, dù

nét môi hé cười, để em mong đón đợi một
má xinh thoáng hồng, để tim anh rung động chừng
đã bao đón chờ, để đêm về thẫn thờ chợt

đôi lời đắm say. Không biết anh nghĩ gì?
muôn lời ái ân. Chưa đến em ngỡ lời.
muôn ngàn ý thơ. Chưa đến nhau ngỡ lời.

Tranh, Bầu hoặc Sáo.

Mà mãi không nói gì.
Lại đã xa nữa rồi.
Lại đã xa nữa rồi.

FINE

TÌNH TỰ MÙA XUÂN

Nhạc & Lời: TỪ CÔNG PHỤNG
1971

Chậm, tình cảm

Em, lại đây với anh, ngồi đây với anh trong cuộc đời
Tay, này tay nắm tay, nhìn nhau đắm say như chưa bao

này. Nghe thời gian lướt qua mùa xuân khẽ sang
giờ. Nghe chừng trong mắt nâu hồn anh đã tan

chừng như không gian đang sưởi ấm những giọt tình nồng
thành mùa xuân ngọt ngào phủ ....ấm thiên đường đôi

ta.   Đã   qua   đi ngày tháng   úa môi sầu   nhớ tình người buồn

tênh.   Em,   chút   giọt lệ   ấm khóc mừng một ngày hạnh phúc miên

man.   Qua,   ngày buồn đã   qua,   vì đã có   ta   trong cuộc đời

Em,   lại đây với   anh,   ngồi đây với anh, trong cuộc đời

này   Em   ngồi đây với   anh   cùng nhau lắng nghe

này.   Bên   ngàn chim hót   ca   này em có   nghe

Giòng sông đang thầm thì trong tóc những khúc nhạc tình...

Mùa xuân đang mơ toang trong........   mắt tình người mênh mang

Tình xa

Trịnh Công Sơn

Ngày tháng nào đã ra đi khi ta còn ngồi lại. Cuộc tình
(Còn thấy) gì sáng mai đây thôi ta còn bạn bè. Giọt rượu

nào đã ra khơi ta còn mãi nơi đây. Từng người tình bỏ ta
nào mãi chưa cay trong tình vẫn u mê. Từ một ngày tình

đi như những dòng sông nhỏ. Ôi những dòng sông nhỏ, Lời hẹn
ta như núi rừng cúi đầu. Ôi tiếng buồn rơi đều, Nhìn lại

thể là những cơn mưa . Khi bước chân ta về, đêm

mình đời đã xanh rêu (HẾT)

khuya nhìn đường phố , Thành phố hoang vu như một lần qua cuộc

tình , Làm sao em biết đời sống buồn tênh . Đôi

khi ta lắng nghe ta , nghe sóng âm u dội vào đời buốt

giá , Hồn ta gió cát phù du bay về . Đôi

khi trên mái tình ta nghe những giọt mưa , Tình réo tình âm

thầm , Sầu réo sầu bên bờ vực sâu . Còn thấy ..

Tình xót xa vừa

Trịnh Công Sơn

Xin vỗ tay cho đều khi đêm đổ xuống đời ta, Xin vỗ tay cho
(Xin vỗ tay cho) đều trong tim giọt máu vừa khô, Xin vỗ tay cho

đều Khi tình trôi đã trôi xa, Nụ cười đã cuốn ta đi, một ngày lại thấy ta
đều, môi người thôi những âm ba, Một lời tình cuối vu vơ, một ngày tình xót xa

về , Xin đứng yên trong chiều , trên môi thở khói quạnh hiu , Xin đứng yên trong
vừa . Xin đứng yên trong chiều , lao xao từng bóng hoàng hôn , Xin đứng yên trong

chiều , Phơi tình cho nắng khô mau , Về đây thân xác hư hao , đêm đêm nằm nghe
chiều treo tình trên chiếc đinh không , Gập ghềnh nhiều kiếp lưu vong , ta lăn đời đã

lá than van chút niềm đau ngọt ngào . Một ngày trên
quá đôi tay vẫn còn ôm mịt mùng . (Hết)

vai bão tố nguôi ngoai , nhìn đời quanh đây hết những mê say , Lòng chùng đam
... chân nhớ phố lang thang , đời tình nuôi quên những sáng mênh mông , Trả lại hôm

mê sớm tối qua đi ơ hờ . Từng ngày chôn ...
nay bốn phía thinh không ngỡ ... ... ngăng . Xin vỗ tay cho ..

tình yêu ĐÃ MẤT

tức cho nhau lời nguyện cầu

Đĩa do MINH-HIẾU thâu thanh
vào dĩa hát SÓNG-NHẠC

Phạm-mạnh-Cường

SLOW ROCK

Đừng sầu dừng trách nếu ai hững   hờ.   Ai đã lạnh lùng ai có giận

hờn.   Tình yêu mong manh tựa   khói, tình yêu rơi như   mầu

lá   thu vàng ngập trên lối   di.   Một người chợt thấy pháo vui nhuộm đường

mưa ướt ngoài trời mưa ướt trong   lòng.   Còn đâu trăng thanh ngày

TÁC GIẢ XUẤT BẢN
IN LẦN THỨ NHẤT
Giấy phép số 3273-XB ngày 7-8-65

TỔNG PHÁT HÀNH :
Nhà xuất bản
DIÊN - HỒNG

đó, còn đâu đêm thơ mộng ấy, bây giờ chỉ có heo

Nếu biết yêu chi là bóng mây, Nếu biết yêu để rồi đớn đau,

khép kín tim sầu dày giá băng. Tình yêu là thế !

Nguyện cầu thời gian xóa bao ân tình, Xin chớ giận hờn xin chớ u

hoài. Người đi vu: trong ngày cưới, thì xin cho tôi lần

cuối thấy tình yêu đã lên ngôi.

ĐẦU XUÂN BÍNH NGỌ (1966) MỘT NHẠC PHẨM TÂM TÌNH THỜI ĐẠI ĐẶC SẮC
NHẤT CỦA **PHẠM-MẠNH-CƯƠNG** DO **VIỆT-NAM NHẠC TUYỂN** XUẤT BẢN

tình yêu còn đó

ĐÃ ĐO **HOÀNG-OANH** VÀ **HỒNG-PHÚC** THÂU THANH VÀO
ĐĨA HÁT **VIỆT-NAM** VỚI HÒA ÂM VÀ BAN NHẠC **VÂN-PHỤNG**

Tình Yêu Lần Cuối

Nhạc và Lời : Đức H
© 1983.19

Vui Tươi, Nhanh

Giọng Nam

Tóc mây ngang bờ vai ... Em dáng gầy nhỏ

nhỏ ... Nụ cười sao ngất ngây

Thương em từ dạo ấy ... Bước chân em tung

tăng ... Đôi mắt hoài mơ mộng

Một trời thơ với trăng ... Cho Cuội thương chị

Hằng ... Hôm đầu anh gặp em ... Nghe rộn

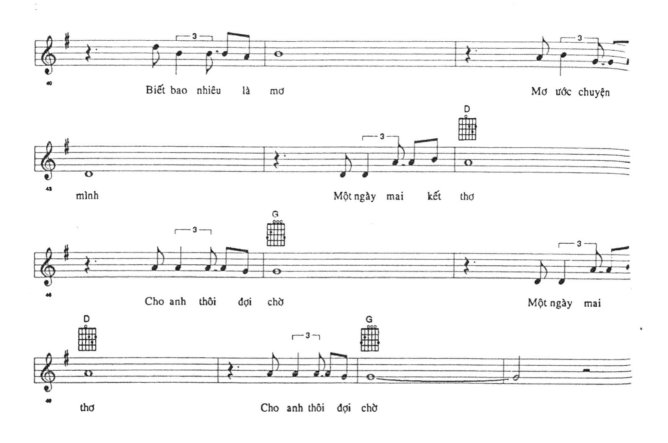

Nhạc sĩ Đức Huy

Tình yêu tìm thấy

Trịnh Công Sơn

Từ khi có đôi chân vào đời   màu hoa lá   quen như mặt

... nắng   hay mưa vội vàng   Từng chiều xuống hay đêm dịu

người   Với bao ngày sống buồn vui   Có những tình yêu tìm thấy   Từng ngọn

dàng   Đã đi vào nỗi đời riêng   Đã cho hạnh phúc thầm kín   Còn tìm

núi con sống ruộng vườn   Từng dòng suối con kênh đầu lùng   đã mang hình bóng quê

thấy quanh đây tình người   Còn tìm thấy   bao nhiêu mời gọi   Những tâm hồn lá xanh

hường   Đã nuôi dòng máu trong tim.   Tiếng   ru   mẹ   hát những năm

tươi   Biết ơn đời những tin   vui . (FINE)

xưa   Mãi là lời ca dao bốn mùa   Tìm thấy   nỗi nhớ   Từ

mỗi   chiếc lá   Góc phố nào cũng thấy quê nhà . Từng ngày…

TÌNH YÊU
trả lại trăng sao _____

Cho L. T. P. cảm thông nỗi
đau buồn qua thi phẩm :
« TIN VUI ĐÁM CƯỚI NHÀ AI »
L. D.

Lê - Dinh

Habanera (chậm)

Thôi   hết   rồi người đà   xa   tôi
Ôi những   kỷ niệm ngày bên   nhau

Quên hết   lời   thề ngày xa   xôi   Quên đường   xưa lối qua ngập
Nay   chỉ   còn là niềm thương   đau   Sao   tình   yêu hóa ra hận

ngùi nghe thời gian bước đi bồi   hồi, hai   ta cùng chung   lối.
sầu, sao dịu   êm hóa ra nghẹn . . .

NHẠC - PHẦM THỨ HAI CỦA
VIỆT - NAM NHẠC - TUYỂN

IN LẦN THỨ HAI
GP Số 5065/BTT BCS XH
Ngày 21/9 1965

CẤM MỌI SỰ IN TRÙNG, TRÍCH
DỊCH HAY SỬA ĐỔI LỜI CA

(Ôi những kỷ niệm ngày bên)

... ngào, sao cuộc đời tựa chiêm bao.

Hết những ước mơ lệ tuôn gối nhỏ đêm dài rưng rưng nhớ

Cuộc đời từ đây u buồn ngang trái đề mình em đắng cay Anh nhớ hay

chăng? Anh nói rằng trọn đời yêu em. Sao nỡ đành lòng nào lại

quên. Câu « tình yêu giữ không nhạt màu » câu « mình thương đến khi bạc

đầu » bây giờ trả lại trăng sao.

NHẠC-PHẨM NÀY CÓ BÁN TẠI TINH-HOA MIỀN-NAM, DIÊN-HỒNG, MINH-PHÁT AN-PHÚ VÀ CÁC SẠP NHẠC KHÁC
ĐÃ THU-THANH VÀO DĨA HÁT « VIỆT-NAM » VỚI GIỌNG CA HOÀNG-OANH VÀ BAN NHẠC HẢI-SƠN

TƠ SẦU

Lâm Tuyền

Tango

Với ánh tơ sầu. ......nào. Sắc thắm muôn Gió thét mưa

màu. Làm cho tim ta tê tái thương đau.
gào. Hồn tìm ta say đôi mắt nhung êm.

Với ánh tơ sầu. Ném xuống nhân loại.
Cố nắn tơ đồng. Khóc oán phong trần.

Làm cho bao giống người sầu đau. Ngàn muôn nhạc
Hồn ta mưa gió lạnh lùng đau.

sĩ kia ơi! Buồn thương tương tư chờ ai?

TÔI BÁN ĐƯỜNG TƠ

Nhạc và Lời : **THẨM OÁNH**

● Phạm-Duy

TÔI ĐÃ GẶP

Lê Dinh & Minh Kỳ

Nhạc sĩ Minh Kỳ
(1930-1975)

TÔI ĐI GIỮA HOÀNG HÔN

Văn Phụng

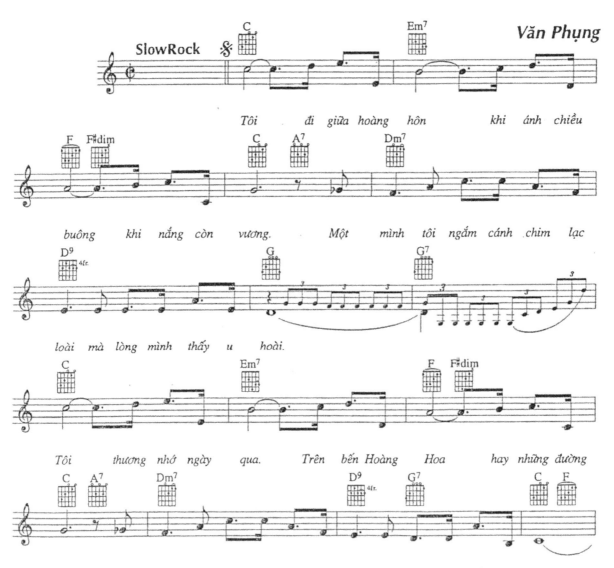

SlowRock

Tôi   đi giữa hoàng   hôn   khi ánh chiều

buông   khi nắng còn   vương.   Một   mình tôi ngắm cánh chim lạc

loài mà lòng mình thấy u   hoài.

Tôi   thương nhớ ngày   qua.   Trên bến Hoàng   Hoa   hay những đường

xa.   Thường thường hai đứa dắt nhau tươi cười. Mắt say sưa thắm mộng đời.

Dù cho mưa gió. Bên mái tranh nghèo. Dù cho nắng dù cho sương

khói mịt mờ. Niềm thương yêu hằng xin mãi mãi không hề

phai. Nhớ nhớ nhớ đêm nào. Trên bến tìm

sao. Hai đứa nhìn nhau không nói một câu. Như

thầm mơ ước ước mơ dạt dào. Như thầm hẹn nhau mùa sau.....

......sau Tôi vẫn đi giữa hoàng hôn.

Tôi vẫn đi giữa hoàng hôn. Tôi vẫn đi lòng thương nhớ.

TÔI ĐƯA EM SANG SÔNG

Y Vũ - Nhật Ngân

Slow

Tôi đưa em sang sông. Chiều xưa mưa rơi âm thầm. Để thấm ướt chiếc áo xanh. Và đẫm ướt mái tóc em. Nếu xưa trời không mưa. Đường vắng đâu cần tôi đưa. Chẳng lẽ chung một lối về. Mà nỡ quay mặt bước đi. Tôi đưa em sang sông. Bàn tay nâng niu ân cần. Sợ bến đất lấm gót chân. Sợ bến gió buốt trái tim. Nếu tôi đừng đưa em. Thì chắc đôi mình không

quen. Đừng bước chung một lối mòn. Có đâu chiều nay tôi buồn.

Rồi thời gian lặng lẽ trôi. Đời tôi là chiến binh. Đi khắp phương

trời. Mà đời em là ước mơ. Đẹp muôn ngàn ý thơ. Như ngóng trông

chờ. Hôm nao em sang ngang. Bằng xe hoa hay con thuyền? Giờ phút cuối đến tiễn

em. Nhìn xác pháo vướng gót chân. Gót chân ngày xa xưa. Sợ lấm trong bùn khi

mưa. Nàng đã thay một! lối về. Quên cả người trong gió mưa.

tôi không phải là gỗ đá

(tặng Lê Tất Điều)

Phạm Duy

(tặng Lê Tất Điều)

ANDANTE

tôi không phải là cỏ cây ... tôi không phải là

gỗ đá ... nên tôi khóc Việt-Nam tôi ròng rã va đời không biết vui

tôi không phải là người dưng ... tôi không phải là nước lã

nên tôi khóc người không xa ... gục ngã chiến trường tuổi còn xuân đừng nguy trang trong

tiếng hát ... đừng cần mang đời kinh mắt ... hãy lắng nhìn vào quê hương điêu tàn

hãy đếm từng người dân đang chết oan ... hãy oán hờn cuộc binh đao hương tàn

hãy khóc thầm dù nước mắt đã cạn hãy biết buồn hãy biết thẹn.

vì non sông còn tối đen tôi không thể nào thản nhiên

tôi không thể nào im tiếng nên tôi thét vào thinh không lời nói hãi

hùng hơn súng bom tôi không thể nào miệng câm tôi không thể nào

tai điếc nên tôi khóc và tôi điên cho đến bao giờ đời bình

yên

(tết con trâu)
1968

TÔI MUỐN

Moderato   **Lê Hựu Hà**

Tôi muốn mình tìm

đến thiên nhiên.   Tôi muốn sống như loài hoa hiền.   Tôi muốn làm một

thứ cỏ cây.   Vui trong gió và không ưu phiền.

Tôi muốn mọi người biết thương nhau.   Không oán ghét không gây hận sầu.

Tôi muốn đời hết nghĩa thương đau.   Tôi muốn thấy tình yêu ban đầu.

Em có thấy hoa kia mới nở.

Trong giây phút những đẹp tuyệt vời. Như hạnh phúc thoáng qua mất rồi.

Giờ đâu còn tìm được nét vui.

Tôi muốn thành loài thú đi hoang. Tôi muốn sống như

loài chim ngàn. Tôi muốn cười vào những khoe khoang.

Tôi muốn khóc thương đời điêu tàn.

Tôi ơi đừng tuyệt vọng

Trịnh Công Sơn

em .   Con diều bay mà linh hồn lạnh lẽo   Con diều

rồi cho vực thẳm buồn theo .   Tôi là   ai mà con khi dấu

lệ   Tôi là   ai mà còn trần gian   thế .   Tôi là

ai là ai là ai mà yêu quá đời   này .   Đừng tuyệt

vọng   Tôi ơi đừng tuyệt vọng   nắng vàng phai như một nỗi đời

riêng .   Đừng tuyệt vọng em đi đừng tuyệt vọng .   Em hồn

nhiên rồi em sẽ bình minh .   Có đường   xa và nắng chiều quạnh

quẽ   Có hồn ai đang nhè nhẹ sầu   lên

TÔI RU EM NGỦ

TRỊNH CÔNG SƠN

Tôi ru em ngủ một sớm mùa Đông em ra ngoài ruộng

đồng Hỏi thăm cành lúa mới Tôi ru em ngủ một sớm mùa Thu em đi trong sương

mù gọi cây lá vào mùa Con đường thật buồn một ngày cuối Đông con đường mịt

mù một ngày cuối Thu. Em vào mùa Hạ nắng thấp trên cao Và mùa Xuân

Giấy phép số 1771 BTT/NT/NHK/QN ngày 21-8-68
CẤM TRÍCH DỊCH IN LẠI TRÊN MỌI HÌNH THỨC

nào ngùn ngơ, tình mới Di nhẹ vào dời Thăm thì gót chân em gọi nụ

hồng Vừa tàn cuối sân Nghe tình chợt buồn trong lá xôn xao Để mùa Xuân

sau mua riêng tình sầu Tôi ru em ngủ một sớm mùa Xuân em hôn một nụ

hồng Hỏi thăm về giọt nắng Tôi ru em ngủ Hạ cũng vừa

sang em hôn lên tay mình Để chua xót tình trần.

HOÀNG TRỌNG

TÔI SẼ ĐƯA EM VỀ

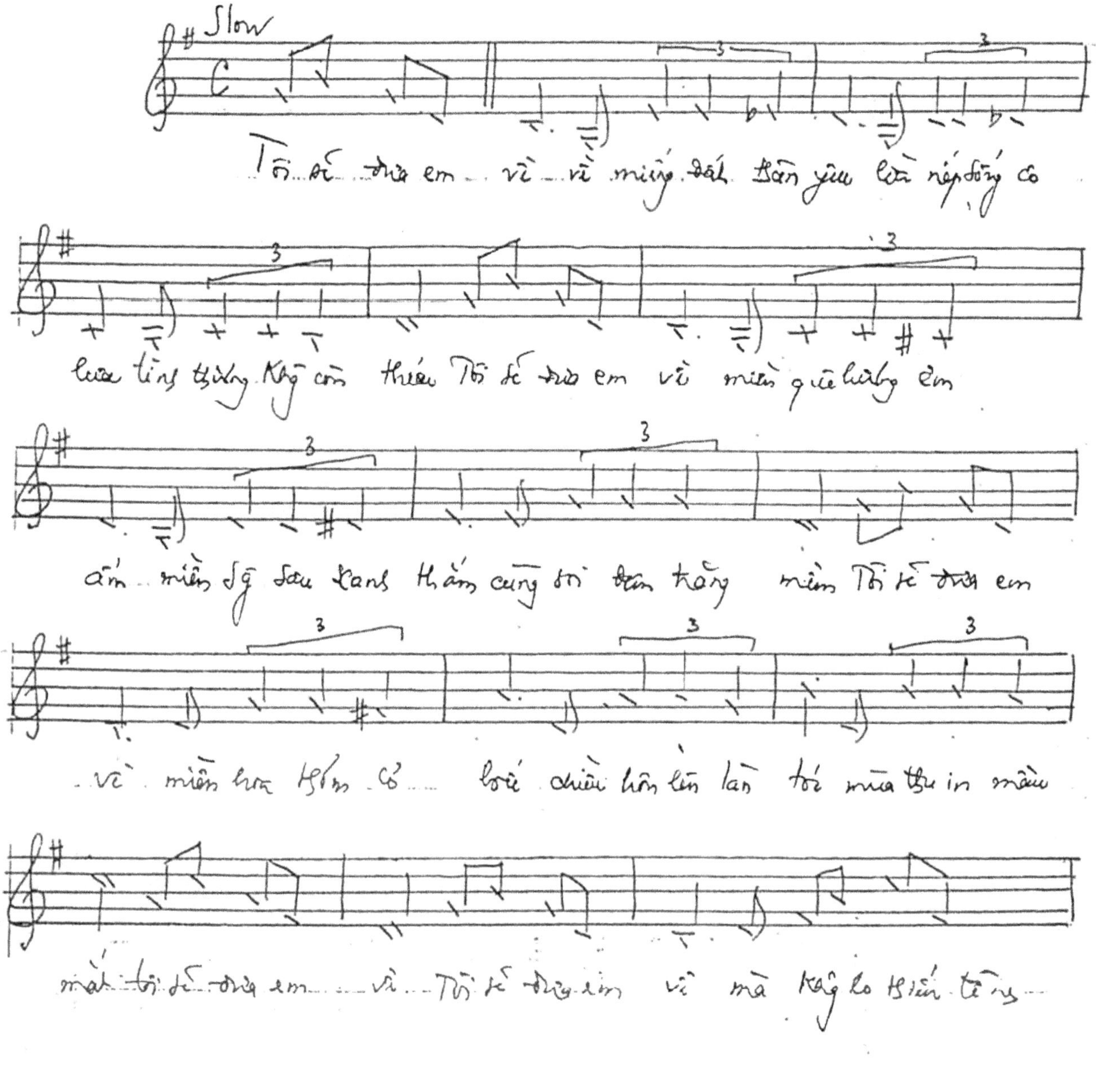

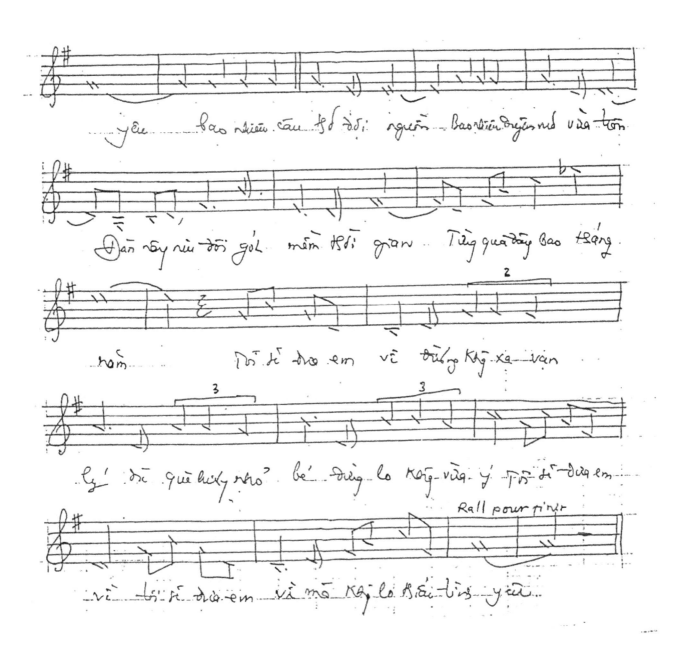

TÔI VẪN YÊU HOA MÀU TÍM

Nhạc và lời: HOÀNG TRỌNG

Blues

Trời buồn đem mây tím về chơi vơi khiến lòng tôi
Ngập ngừng trăng thu lững lờ vương rơi xuống trần gian

nhớ. Một mùa thu mưa lúc còn thơ ấu bên vườn mộng
vắng. Lạnh lùng mây đem gió về khua lá rơi người buồn

mơ. Tôi đã yêu hoa màu tím. Tôi đã hay
chăng? Tôi trót yêu hoa màu tím nên vấn vương

mơ thầm kín, hay đứng bên song trông ánh mây trôi lướt sang ngàn
duyên thầm kín, ôi biết bao đêm thao thức bên song bâng khuâng chờ

nơi... Chiều chiều đi trong nắng nhặt hoa rơi ép vào trang
trông... Mà thời gian trôi mấy màu thu qua vẫn hoài mong

giấy. Và màu tôi yêu thuở nào xa vắng bây giờ còn
nhớ. Đàn lòng ngân lên những lời tha thiết bên người thơ

đây.   Hiu hắt trăng thu mờ úa.   Nâng cánh hoa
ơ.   Trăng chiếu qua song quạnh quẽ.   Tôi vẫn yêu

xưa thắm nhớ.   Man mác không gian mây tím giăng ngang in vào thu
trong lặng lẽ.   Gom nhớ thương trao cho gió cho   mây, ươm mộng sum

vàng.   Thu   về hoa tím   tàn,   trần   gian   ngỡ
vầy.   Âm   thầm mơ bóng người buồn vương   khắp

ngàng   và   tim   tôi xao   xuyến   mơ   màng...   Ôi   màu hoa mỹ
trời.   Gần nhau nhưng sao   vẫn   xa   vời?   Ôi   người yêu hững

miếu,   gợi thương nhớ nhiều ngàn năm tôi mãi còn   yêu!   Dù thời gian
hờ,   mình tôi thẫn thờ.   Tình câm muôn kiếp là   mơ!   Lạnh lùng trăng

trôi hững hờ đem thơ ấu vào   xa   vắng.   Dù   rằng hoa
thu sắp tàn riêng tôi vẫn ngồi thương   nhớ.   Nghẹn ngào tim

kia có tàn phai dưới muôn vàn màu trắng.   Tôi   vẫn   yêu
tôi não nùng như lúc thu về thờ   ơ...   Tôi   vẫn   yêu

hoa màu tím,   nên vẫn hay   mơ thầm kín.   Đem những cung
hoa màu tím,   nên mãi ôm duyên thầm kín...   Yêu thiết   tha

tơ   trao   hết trong   mơ âm thầm mong   chờ.
nhưng không nói nên câu âm thầm   u   sầu.

TÔI VỚI TRỜI BƠ VƠ

Tùng Giang

Đêm có tiếng thở dài. Đêm có những ngậm

ngùi. Khu phố yên nằm đôi bàn chân mỗi

trên lối về mưa bay. Đêm anh hát một mình.

Ru em giấc mộng lành. Xin giấc yên bình

cho loài chim nhỏ cao vút trời thênh thang.

Anh ru em ngú hkông bằng những lời buồn anh đã viết.

Anh ru em ngủ này lời ru tha thiết dịu dàng.

Ai cho tôi một ngày yên vui. Cho tôi quên một ngày bão

nổi và tôi còn yêu thương loài người. Đêm hiu hắt lạnh

lùng. Sầu thêm thắt muộn phiền. Soi bóng đời mình

FINE

bên giòng sông cũ Tôi với trời bơ vơ.

Trả Lại Em Yêu

Nhạc và lời : Phạm Duy

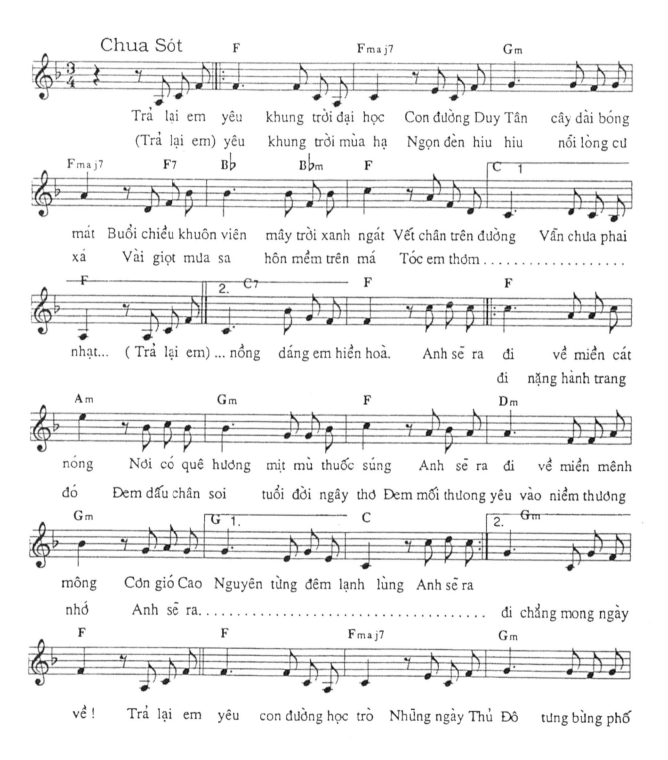

Chua Sót

Trả lại em yêu khung trời đại học Con đường Duy Tân cây dài bóng
(Trả lại em) yêu khung trời mùa hạ Ngọn đèn hiu hiu nối lòng cư

mát Buổi chiều khuôn viên mây trời xanh ngát Vết chân trên đường Vẫn chưa phai
xá Vài giọt mưa sa hôn mềm trên má Tóc em thơm...........................

nhạt... (Trả lại em) ... nồng dáng em hiền hoà. Anh sẽ ra đi về miền cát
đi nặng hành trang

nóng Nơi có quê hương mịt mù thuốc súng Anh sẽ ra đi về miền mênh
đó Đem dấu chân soi tuổi đời ngây thơ Đem mối thương yêu vào niềm thương

mông Cơn gió Cao Nguyên từng đêm lạnh lùng Anh sẽ ra
nhớ Anh sẽ ra... đi chẳng mong ngày

về ! Trả lại em yêu con đường học trò Những ngày Thủ Đô tưng bừng phố

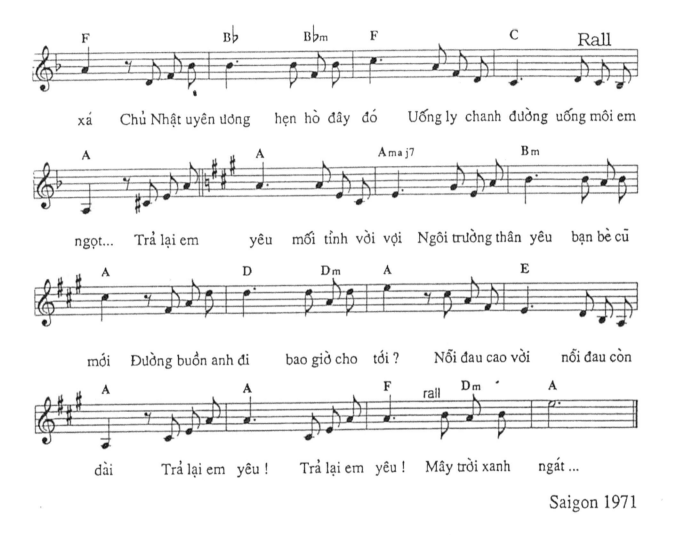

xá   Chủ Nhật uyên ương   hẹn hò đây đó   Uống ly chanh đường uống môi em

ngọt...   Trả lại em   yêu   mối tình vời vợi   Ngôi trường thân yêu   bạn bè cũ

mới   Đường buồn anh đi   bao giờ cho   tới ?   Nỗi đau cao vời   nỗi đau còn

dài   Trả lại em yêu !   Trả lại em yêu !   Mây trời xanh   ngát ...

Saigon 1971

Trái Tim Ngục Tù

Nhạc và Lời: Đức Huy
© 1992

Em đã gọi anh lời buồn chân mây Em đã chờ
anh đến khi lá bay Em đã nhiều lần ngồi nhìn mình trong
gương chẳng hiểu vì sao đời mình mãi lao đao Xuân đến rồi
đi Ngày tàn nắng ấm Anh đến rồi đi như cơn sóng
ngầm Em đã một lần một lần được biết yêu anh Để bây
giờ chỉ biết yêu anh một mình Trái tim ngục tù Trái tim ngục
tù Em yêu anh Yêu anh đến ngàn thu Trái tim ngục

trăm nhớ ngàn thương

* Lam-Phương

Chậm buồn

Mất anh rồi xa anh rồi hoa đã tàn nhụy đã phai chiều hôm

nay trời thanh vắng em đi về về với ai! Một người đi một người sầu nhìn hoa

úa buồn về man đối chân mòn tìm dư âm hè phố vắng. Lòng còn

thương tình còn nồng mà đêm nhớ ngày chờ mong thu rồi nhìn lá chết rơi ngoài

song. Cánh thư này kỷ-niệm này ta đã tìm về với nhau rồi tôm

TRĂNG MỜ BÊN SUỐI

Lê Mộng Nguyên

Người hẹn cùng ta đến bên bờ suối.   *Rừng chiều mờ sương ánh trăng mờ*

chiếu.   *Một đêm thiết tha rồi đây xa cách.*   *Đường chia hai ngả biết tới phương*

nào?   *Mịt mùng ngàn thâu suối mơ trầm lắng.*   *Lòng buồn từ ly nhớ nhung chiều*

vắng.   *Người ơi! Nhớ khúc nhạc lòng đêm ấy.*   *Ngàn đời vang nhắc bên suối trăng*

tà.   Suối   mơ!   Lời   hẹn   ước   ven   bờ   suối   xưa.   Nhớ   chăng?

Người phương xa trong khói điêu tàn.   Suối   ơi!   Vờn theo bóng trăng vàng ngày

xanh. Nào những lúc trên thuyền say   sưa nhìn trăng vừa lên. Ai   hay   chia   lìa.

Sương   gió   biên   thùy.   Hiu   hắt người   đi   sa   trường   xa.

Một ngày   xa nhau xóa bao hình   bóng.   Trời bày chia ly chi cho lòng héo.

Giờ đây cách xa người quên hay   nhớ?   Ngày xưa còn đó trăng nước mong   chờ.

TRĂNG RỤNG XUỐNG CẦU

NHẠC VÀ LỜI :

HOÀNG-THI-THƠ

Thuyền trăng chở khách chiến trường lại
Bên bờ thăm lệ chiếc đo nâu
Cờ reo chiến thắng đã xuối núi
Trăng vui trăng cũng rụng xuống cầu...

T. T.

Đêm nay bao con thuyền về đâu xuôi mái . Ai ca dưới trăng ngà gần xa vẫn dài ? Mái chèo khoan thai trên sông hai màu . Con thuyền về đâu , Ô hay ! sao trăng rụng xuống cầu ? Vì đâu , Ô hay , sao trăng rụng xuống cầu ? Đêm nay bao con thuyền về ngang bến vắng . Cô em hát lên rằng dừng chân hỡi chàng ! Hỡi chàng chiến đấu ! nắng mưa dãi dầu , đừng vội về đâu trăng vui nên trăng rụng xuống cầu . Vì đâu trăng vui nên trăng rụng xuống cầu . Hỡi ! bao con đò ! Đêm nay trăng soi trên sông lờ đờ .

Mang theo bóng cờ, Ngày về chiến thắng ánh trăng làm thơ. Hỡi ! trăng mơ màng, Sao trăng êm soi trên con thuyền chàng. Trăng rơi cầu làng. Đợi thuyền chiến thắng sóng tách đôi hàng. Hò khoan, hò huệ, Say sưa chiến thắng về sau bao ngày mưa nắng, Hò khoan, hò huệ, đêm nay cờ lộng gió, muôn câu hò ngân dài. Ơ này, anh Hai ! anh Ba ! thuyền anh lướt trên trăng ngà. Mà ơ này, anh Tư ! anh Năm ! dừng tay ghé thăm thôn này. Đêm nay bao con thuyền về ngang bến vắng. Cô em hát lên rằng dừng chân hỡi chàng, bởi chàng chiến đấu nắng mưa dãi dầu. Đừng vội về đâu, trăng vui nên trăng rụng xuống cầu. Vì đâu ! trăng vui nên trăng rụng xuống cầu .

TRĂNG SÁNG TRONG LÀNG

Nhạc và Lời : TIẾN-ĐẠT

Do tác giả đặc biệt trình bày lần đầu tiên tại đài phát
thanh Huế. — Bọn Anh-Ngọc và cô Minh-Diệu, Minh-Tân
tại đài Pháp Á Saigon

Đêm nay trăng sáng soi làng tôi, một
Đêm nay thương nhớ bao người trai, lạnh

vài cô thôn - nữ xay lúa lo ngày mai —
lùng ngoài biên - giới trông ánh trăng dần phai —

Cười vui theo ánh trang huyền lan đưa
Chờ mong sao nước non rền vang câu

câu hò tình tứ, lúa thoảng bao mùi hương —
thanh bình ngàn hướng hát khúc ca hồi hương —

Bên hàng dậu thưa, một đoàn trai tráng. Cùng
Phương trời mờ xa, mẹ già một bóng. Chờ

nhau ca vang câu tình quê. Trăng lên
con khi trăng lên đầu non. Đêm khuya

A.P. 28

Trăng Sáng Vườn Chè

Thơ: Nguyễn Bính
Nhạc: Văn Phụng

Slow - fox

Sáng trăng sáng cả vườn chè. Một gian nhà nhỏ đi

về có nhau. Vì tằm tôi phải chạy dâu.

Vì chồng tôi phải qua cầu đắng cay. Chồng tôi thi

đỗ khoa này. Bỏ công kinh sử từ ngày lấy

tôi. Kẻo không rồi chúng bạn cười. Rằng

tôi nhan sắc cho người say sưa. Tôi hằng khuyên

sớm khuyên trưa.   Anh chưa thi   đỗ   thì   chưa động phòng.

Một   quan   là   sáu   trăm   đồng.   Chắt chiu tháng

tháng cho chồng đi thi.   Chồng tôi cưỡi ngựa vinh   quy.

Hai bên   có   lính hầu   đi   dẹp đường.   Tôi

ra đón tận gốc bàng.   Chồng tôi xuống ngựa cả làng   ra

xem.   (Một)   xem.   Đêm nay   mới

thật là đêm.   Ai đem trăng tưới lên trên vườn   chè.

TRĂNG SẦU VIỄN XÚ'

HOÀNG-TRỌNG

BOSTON

Chiều nay ánh trăng mờ rắc reo ý thơ êm đềm vương tơ ngàn hoa lá rung rinh vờn gió trên cành ý đời thắm xinh Chiều nay có một người thẫn thờ bên hoa ngóng trông về xa Hồn lắng theo mây ngàn, dầu nói lìa tan lòng quê chứa chan Tình đời nhiều nỗi u buồn gửi gắm tâm hồn theo cánh gió Muốn khóc nhưng khô giòng châu muốn nói nhưng

thôi dà hết câu Ngày nào trở gót kinh

kỳ giờ phút trở về thăm nhà cũ

Tình ơi lòng đã nát tan cớ sao nói lên lời than van

Chiều nay ánh trăng mờ vẫn reo ánh tơ vô tình dây

đó nhờ trăng chiếu quê hương tìm đến bên

thèm nói lời mến thương Đời theo bước giang

hồ khi hồn bơ vơ khẽ rung đường tơ

Lòng muốn theo chim trời tung cánh ngàn khơi tìm giây phút vui

Bản Trăng Sầu Viễn Xứ do nhà xuất bản
Trưng-Vương ấn hành lần thứ nhất, ngoài
những bản thường còn in thêm những bản
đặc biệt, loại giấy tốt có đóng dấu của
nhà xuất bản để tặng.

T. V. 24

TRĂNG SƠN CƯỚC

Lời : VĂN-KHÔI

Nhạc : VĂN-PHỤNG

Suốt canh tàn , Một mình ta dưới trăng vàng . Đàn trầm rung khúc mơ màng , Gợi lòng ta nhớ Mường Vang xa . . . Nhìn ánh trăng mơ về phía trời khuất xa : Một tình thơ chốn non ngàn , Ôi giờ phút sao sớm tàn . Lòng còn hoài mơ một đêm . Điệu nhạc rền vang rừng thẳm . Rượu cần càng vui càng uống , đắm say men nồng tình duyên . Cùng nàng ngồi bên bờ suối . hẹn hò một duyên tình mới , Nàng ngồi lặng nghe chẳng nói , khẽ rung rinh đôi làn môi . Suốt canh tàn — Kề vai say ánh trăng

vàng , Nhạc xa đưa khúc mơ màng Nàng nhìn ra phía trời

xa xa . Như ước mơ Duyên tình thơ mộng dưới

trăng , Nhưng thời gian vẫn trôi hoài . Trăng tàn úa rồi khuất

mờ . Rạt rào tình vương sơn nữ , tình thơ ngày bên

suối xót xa duyên tình xưa . Lạnh lùng ngồi trông trăng

sáng ta nhớ ngày qua , nhớ làn gió đưa ,

Gió ơi đưa về chốn xưa phía xa bên bờ suối

thơ , bóng ai xa còn ước mơ . Suốt canh...

CODA

Ôi ngày vui sao sớm tàn

Ôi ngày vui sao sớm tàn

TRĂNG THANH BÌNH

Nhạc : LAM-PHƯƠNG

Lời : BẠCH-TUYẾT

tươi lúa   ơi !   Cho nhân   loại được sống yên   vui.

Cho cung hằng rặn hé môi   cười,   cười lả - lơi mong nhan

thế yêu   đời.   Hò khoan ánh trăng lên rọi xuống khắp trần

gian xa   xôi lúa dày   vơi.   trăng   ơi !   Trăng

về là nguồn sống yên   lành của toàn   dân yêu trăng thanh - bình !

Chậm lại   Hết

Một... dàn yêu trăng thanh - bình.

A. P. 176

TRẦU CAU

(TIỂU NHẠC KỊCH)

PHAN - HUỲNH - ĐIỂU

Andante Espressivo

(TIẾNG VANG) Ngày xưa, có hai anh em nhà kia, Cùng yêu thương, ở cùng nhau bỗng đâu chia lìa ! Vì hai người cùng yêu mến một cô gái làng bên, Nhưng người anh được kết duyên cùng nàng. Vì như thế nên người em lòng buồn rầu bỏ đi khỏi làng. (LANG-SINH) Ôi ! ta buồn, ta đi lang thang bởi vì đâu ! Kia sòng sầu giòng êm reo như gợi mối sầu ! Nhìn nước cuốn, lệ rơi tuôn, Biết sao vơi niềm thương ! Kia mây sầu giăng chơi vơi, Làm sao dừng cho nhẫn đời lời . Giòng nước lờ trôi, mây trắng cùng trôi qua chốn nào? Nơi xa xôi, Anh say sưa cùng ai đang xe mối tình

Ấn-phẩm 1954 của TINH-HOA Huế (Việt-Nam)

TÁC-GIẢ GIỮ BẢN-QUYỀN

duyên . Thôi, hết rồi giấc mơ huyền ! Qua, bao nhiêu

ngày ta đi lang thang bởi vì đâu ! Ôi ! ta buồn, ta đi quyên

sinh cũng vì ai ! (TIẾNG VANG) Tang tính tính táng tinh táng tình tang tính tang

tính. Bên sông sâu — Tình Lang - Sinh thành phiến đá sầu thương

theo ngày qua . Trông ngóng chờ tin không biết vì sao... Nên Tân

Sinh ra đi mong tìm em thương yêu nỗi niềm thương nhớ . . . . .

TÂN - SINH :

Qua bao ngày, ta đi lang thang cố tìm em ,
Giòng sông êm đềm trôi cuốn, như vương tiếng buồn .
Nhìn nước cuốn, lệ rơi tuôn ,
Biết sao ngăn niềm thương !
Trời xanh cùng mây bay cao ,
Rừng sâu ! Tìm em biết phương nào .
Nhìn chốn rừng hoang, nghe tiếng rừng vang trong
Như than vang .   gió ngàn ,
Bao nhiêu đau lòng sao ta đâu thấy hình em ,
Thôi, hết rồi phút êm đềm !
Qua bao nhiêu ngày ta đi lang thang cố tìm em ,
Ôi ! ta buồn, ta đi quyên sinh cũng vì em !

TIẾNG VANG :

Tang tính tính táng tinh táng tinh tang tính tang tính ,
Bên sông sâu, người Tân-Sinh gần phiến đá
Thành cây cau trồi lên .
Trông ngóng chờ tin không biết chồng sao
Nên bâng khuâng ,
Trong yêu đương nàng ra đi mong kiếm chồng yêu mến .

VỢ TÂN SINH :

Đầy cây rừng, thông reo .vi vu, bóng chồng đâu ,
Giòng sông ơi ! nào ai sớt cho vơi mối sầu .
Nhìn nước cuốn, lệ rơi tuôn ,
Biết sao vơi niềm thương !
Làn mây chiều đang giăng tơ ,
Nhìn mây lòng man mác trông chờ .
Kìa gió rừng lên xao xuyến lòng em thương nhớ chàng
Ôi ! sao quên .
Mây ơi, xin đừng bay cho ta nhắn vài câu :
Cho thấy chồng, bớt người sầu !
Ôi ! đầy cây rừng thông reo vi vu, biết làm sao ?
Đây, hương hồn em xin theo anh đến trời cao !

TIẾNG VANG :

Tang tinh tính táng tinh táng tinh tang tinh tang tính
Bên sông sâu, niềm tương tư nàng chốc biến
Thành ra dây trầu xanh .
Lưu luyến tình xưa, âu yếm trầu leo
Quanh thân cau .
Qua bao năm tình thiêng liêng kia thấm cùng mưa ni

BẢN « TRẦU CAU » DO NHÀ XUẤT-BẢN TINH-HOA TÁI BẢN LẦN
THỨ TƯ NGOÀI NHỮNG BẢN THƯỜNG CÒN IN THÊM 30 BẢN
ĐẶC-BIỆT ĐÁNH DẤU TỪ P. H. Đ. I ĐẾN XX — T. H. I ĐẾN X
ĐỀU CÓ ĐÓNG TRIỆN SON T. H. ĐỂ TẶNG KHÔNG BÁN.

T. H.

Trên tình... Mùa đông

TRẦN THIỆN THANH TOÀN.

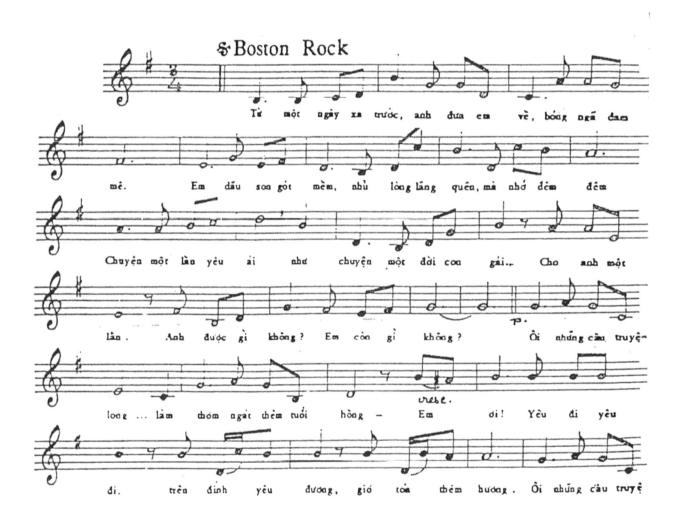

Từ một ngày xa trước, anh đưa em về, bóng ngả đam mê. Em dấu son gót mềm, nhủ lòng lãng quên, mà nhớ đêm đêm Chuyện một lần yêu ai như chuyện một đời con gái... Cho anh một lần. Anh được gì không? Em còn gì không? Ôi những câu truyện long ... làm thơm ngát thêm tuổi hồng – Em đi! Yêu đi yêu đi. trên đỉnh yêu đương, gió tỏa thêm hương. Ôi những câu truyện

TRÊN ĐỈNH YÊU ĐƯƠNG

● Trầm Tử Thiêng

CHẬM, NỒNG NÀN

Một ngày qua để nơi đây khung chiều vắng.
(Chiều chiều mây trắng lang thang qua đầu) núi.

Bàng hoàng nghe lá rơi như người thoáng về. Âm thầm dìu em giữa cơn
Chập chờn, như áo em bay từ đỉnh trời. Nghe dường ngày mai rất xa

mơ nghe lại còn tay nắm bơ vơ. Nên mãi mênh mang sầu ngẩn ngơ.
xôi tay mình buồn đau thả mây trôi chới với trăm năm trong lẻ . .

Chiều chiều mây trắng lang thang qua đầu . . .
. . . . loi.

Không có

yêu ... sao đắng cay cho thức trắng canh này. Cho mưa đồ bên ngoài. Không có yêu sao xót xa, cho ngơ ngác chim trời trong mây về tả tơi. Rồi từ mai đó thân yêu nào mòn mỏi. Cuộc từ ly phấn hương bay rụng trắng đường. Người về từ trên đỉnh yêu đương. Người về từ trong cõi đau thương. Cho phút cô đơn tha hồ mong.

TRÊN ĐỒI THÔNG LẠNH

Nhạc và Lời của Trường - Hải

Tất cả gửi về Đà - Lạt

T.H

SLOW ROCK

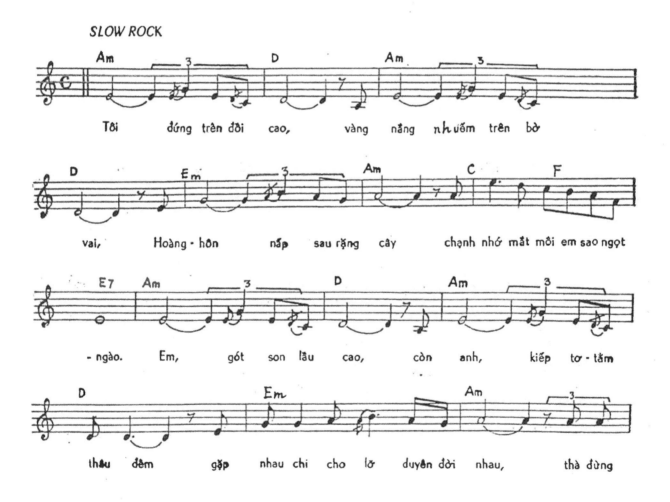

Tôi   đứng trên đồi   cao,   vàng nắng nhuốm trên bờ

vai,   Hoàng - hôn   nấp   sau rặng   cây   chạnh nhớ mắt môi em sao ngọt

- ngào.   Em,   gót son lầu   cao,   còn anh,   kiếp tơ - tằm

thâu   đêm   gặp   nhau chi cho   lỡ   duyên đời nhau,   thà đừng

hứa những câu sắt son ngày sau. Em ơi! em đi có hay

đâu vẫn một người còn đợi chờ, mong em như mong gió xuân về mát lá

khờ trên đầu non, hát lên đi ngàn thông ơi! hát lên đi lời ÁI — TÌNH

THIÊN - THU... Tôi vẫn đi tìm em, dù sỏi

đá khóc than nỉ - - non, dù tình đôi ta là huyền thoại mà

thôi, ngàn đời nhớ thương bao kỷ - niệm trên đồi thông..

Repeat to fade out ...

Tôi vẫn đi tìm em, dù đời tôi kiếp tơ - tằm thâu đêm..

TRÊN ĐƯỜNG
XUÔI NGƯỢC

NHẠC VÀ LỜI
của
LAN - ĐÀI

★

TẶNG NHỮNG CHÀNG TRAI ĐANG XUÔI NGƯỢC,
NGƯỢC XUÔI TRÊN KHẮP NẺO ĐƯỜNG ĐẤT NƯỚC.
L. Đ.

Rumba Habanera

Đẹp nào bằng hoàng hôn bên ven suối , Đẹp nào bằng màn sương đệm buông tỏi . Lúc núi đồi còn đang thắm hương thơ, còn đang đắm mộng mơ . — Tình nào bằng đường đi xa lắc lơ , Tình nào

bằng trùng dương dâng nhấp nhô , Tình nào bằng thuyền đi trên sóng

ngược về neo nơi bến thơ . Có hay

chăng ? Đời trai phong sương , đã ra đi vì yêu quê

hương . Có nhiều lần trên đường xuôi ngược lòng hằng vọng

về một ánh mắt trao thương. Buồn làm gì người đi cho non

nước , Sầu làm gì người đi cho mơ ước . Tám phương

trời còn in gót chinh nhân, còn vui lúc tròn trăng .

Trên Ngọn Tình Sầu

Từ Công Phụng

Hạnh phúc tôi, hạnh phúc tôi từ những ngày con nước về,

ngoài trời mưa mau, ngoài trời mưa mau tay vuốt mặt không cùng.

Bầy sẻ cũ hom hem, chiều mái xám rêu xanh. Trời êm cao chân nhỏ cũng không

về trên giòng sông tội lỗi. Tôi nghe hắt

hiu từ mắt em ngắt tạnh, môi thâm khô từ thuở định hôn

người. Ngày tháng hạ khi không mà trở rét. Giọt nắng

trên sông lô

Phan huỳnh Điểu

Ngày xưa Bạch đằng giang đã ghi bao chiến công anh
dũng Trải qua bao năm tháng nước xanh còn nhuốm
máu quân thù Ngày nay trên sông lô thề
noi theo gương xưa trong sáng Bao chiến binh. Việt
Nam súng gươm diệt tan lũ sài lang Sông

TRÊN THÁNG NGÀY ĐÃ QUA

Nhạc & Lời: TỪ CÔNG PHỤNG
1973

Rung một cánh nhạc   buồn   Phím có hay người khóc   trên cung đàn lẻ loi. Rơi một ngấn lệ sầu,   có ai hay người   khóc cho duyên tình bẽ bàng   Rung một cánh nhạc buồn,   rơi một ngấn lệ   sầu   có ai hay người khóc   trong tình cầu lẻ loi.   Ngoài kia   mưa là những giòng lệ rơi

theo cuộc tình khi cơn bão đi qua đời mình. Người ơi người ơi tìm đâu

thấy nửa đời xuân thắm với tình yêu chúng ta như giọt sương sớm mai như

giọt sương sớm mai long lanh trên cánh hoa vàng Gom một chút nắng

vàng hắt lên soi hạnh phúc trên tháng ngày đã qua. Em nhìn thấy chút

gì ? Có phải chăng rạn vỡ trong tâm hồn chúng ta. Thôi, còn ngấn lệ

này với một chút nhạc buồn hát lên cho đời sống vơi đi niềm đớn đau

trong giấc mơ em
(hạnh phúc muộn màng)

nhạc và lời: TRƯỜNG SA

Trong giấc mơ em có giấc mơ nào hẹn nhau về nữa Trên cánh môi
(Em vẫn ra) đi gác thưa rêu mòn còn thương mùi tóc Vẫn mãi nâng

em có chiếc hôn nào còn thơm tình cũ Thương đóa hoa trên tay sớm úa màu, trong giấc mơ
niu chút dư hương mềm còn say tình ấm. Trong mắt xanh em từ đó vẫn buồn, mùa xuân nào

1. này, phai màu tàn phai đó không em,? (Em vẫn ra...)
2. còn chờ một vòng tay. đón em về

Mưa vẫn qua đây và nắng vẫn lên đây Con đường tình nằm buồn mơ từng bước em

qua, đếm từng mùa đợi chờ, với bao mùa yêu dấu, còn nghe trong nỗi đau chút hạnh phúc muộn

màng. Trong giấc mơ em có những vui buồn của nhau chợt đến. Trong trái tim

em biết có ngăn nào còn chút lòng mến. Xin giữ yêu thương và những dỗi hờn, tình yêu vẫn

còn một thời vàng son giữa tâm hồn./.

TRONG MẮT EM LÀ BIỂN NHỚ

THƠ: TRƯỜNG ĐINH
NHẠC : NGÔ THỤY MIÊN

CHẬM BUỒN

Từng đêm em về như môi sương Từng lời em ru như gió

buồn Anh đan giấc mơ trên mây trời xa Trên sóng tay em anh là nhẫn

cỏ em trong anh là mầu hoa em trong anh là cơn sóng người ơi như cánh

diều bay trên đồng vắng Giấc mơ anh cho em long

lanh mình gọi tên nhau trong nắng hồng mình gọi quê hương trong mong

manh Tình ơi dĩ vãng miền thật trắng Kỷ niệm chiều xin mãi còn

xanh. Từng làn thu êm như hương hoa, từng mùa thơ trao nắng quê nhà

Em thêu nhánh hồng bên giòng sông xưa Trong mắt môi nồng em là biển nhớ

Anh trong em là cơn mưa Anh trong em là gió mùa Người

ơi, những lá me rơi bên sân trường. Đóa hoa gầy bay ngàn tha

phương mình gọi tên nhau trong dỗi hờn mình gọi xuân về trên quê hương Bao giờ

nắng nở trên nhụy trắng Cho vơi nỗi nhớ một trời thênh thang.

trong miệt mài em quên

nhạc và lời: TRƯỜNG SA

Êm đềm

Ngày nào tiếng hát lênh đênh vào lòng chiều bát ngát . Bóng dáng thu

xưa mãi xuôi vào dòng đời khuất lấp . Ngày ta bên nhau có em đem yêu dấu vào

đời có môi thơm gắn bó nụ cười một thời lưu luyến cho người và cho

tôi . Ngày nào bóng dáng thu lại vàng cùng màu lá úa . Nhớ mắt em

xưa có phai dần cùng ngày tháng củ . Mà người nay đâu nắng Cali ai nhớ hẹn

thể , tuyết Paris   ai   khóc ngày   về , ngày về xa quá như lòng người phôi

pha .   Mơ   dáng xưa yêu kiều ,   từng mùa thu

đến , mùa thu đi quá   một lần .   Xin   trả người thôi những hẹn hò ngày đó chung

vui   những mặn nồng từ giấc đôi   mươi   những ngọt ngào người hát ru

tôi .   Ngày nào tiếng   hát   len vào hồn tựa dòng suối

mát .   Nhắm mắt phiêu   du   mãi đau về một   thời đã

mất .   Chỉ là   mơ   thôi , phút đam mê   trong giấc mộng

dài ,   mắt môi xưa thôi cũng một   ngày , là ngày em đến trong miệt mài em

quên

Trong nỗi đau tình cờ

Trịnh Công Sơn

Tối đã yêu em bao ngày nắng tôi đã yêu Em bao ngày mưa, yêu

(Tối đã yêu ...) Em trong mùa gió, khi lá cây khô bay đầy ngỡ. yêu

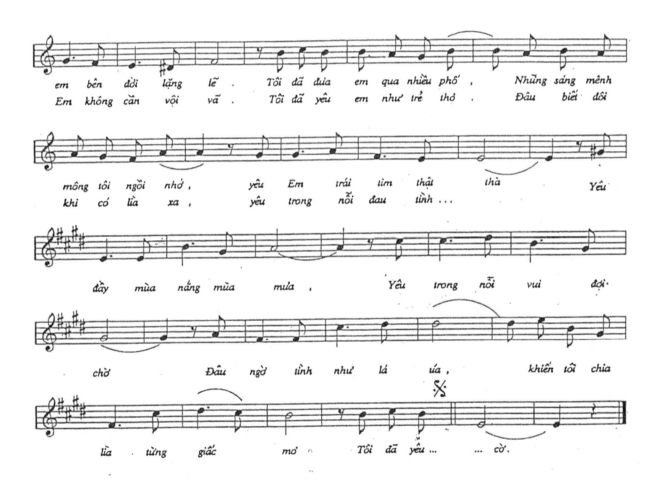

em bên đời lặng lẽ . Tôi đã đưa em qua nhiều phố , Những sáng mênh
Em không cần vội vã . Tôi đã yêu em như trẻ thơ . Đâu biết đôi

mông tôi ngồi nhớ , yêu Em trái tim thật thà Yêu
khi có lìa xa , yêu trong nỗi đau tình ...

đầy mùa nắng mùa mưa , Yêu trong nỗi vui đợi.

chờ Đâu ngờ tình như lá úa , khiến tôi chia

lìa từng giấc mơ Tôi đã yêu ... ... cờ.

TRONG NỖI NHỚ MUỘN MÀNG

NHẠC VÀ LỜI : NGÔ THỤY MIÊN

Tưởng như là tình yêu sống lại. Bao năm qua đi tìm bóng

dáng. Tưởng như là người yêu trở lại. Em ở nơi đâu anh ở

đâu. Nhớ tới người ngày xưa ước thề. Bao yên

vui một đời thương nhớ. Mây ngỡ ngàng buồn trôi khắp trời. Em ở nơi

đâu có nhớ tình sầu. Ở nơi ấy mấy mùa Thu có

buồn   em có còn ngồi đếm lá Thu rơi.   Em có còn mơ say tràn gối

mộng   Em có còn ngồi nhớ đến anh không. Tìm đâu thấy con đường xưa gió

lộng.   Và tà   áo em mềm trong nắng hồng.   Dù trăm năm trôi nhẹ trên phiếm

buồn   Anh vẫn còn   tưởng nhớ người yêu   xưa.   Ngày tháng

hạ   buồn vương tóc   mềm.   Mây lang thang bên trời một   bóng Chuông giáo

đường còn vang tiếng trầm Em ở   nơi đâu có thấu tình sầu.

TRỞ VỀ

Châu Kỳ

Về đây nhìn mây nước bơ vơ. Về
đây nhìn cây lá xác xơ. Về đây mong tìm bóng chiều
mơ, mong tìm mái tranh chờ, mong tìm thấy người xưa. Về
đây buồn trông cánh chim bay. Về đây buồn nghe gió heo
may. Về đây đâu còn phút sum vầy, đâu còn thắm niềm

say   lạnh   lùng   ngắm   trời   mây   Nơi   xưa,   ôi!   Giờ   đây   nát

tan.   Đò   vắng   không   người   sang.   Thôn   xóm   trông   điêu   tàn.   Xa

xa   nghe   tiếng   chim   kêu   đàn.   Nghe   suối   reo   bên

ngàn   dường   như   oán   như   than.   Chiều   nay   buồn   trông   cánh   chim

bay.   Chiều   nay   buồn   nghe   gió   heo   may.   Chiều

nay   đâu   còn   phút   sum   vầy,   đâu   còn   thắm   niềm

FINE

say   lạnh   lùng   ngắm   trời   mây.

TRỞ VỀ BẾN MƠ

Ngọc Bích

Ngày nào một giấc mơ. Đây những

đêm trăng mờ ai ngóng chờ. Khi áng mây thành thơ nhẹ gió

đưa. Theo tiếng đàn thuyền mơ tìm bến xưa. Một chiều mùa chiến

chinh. Xuân ngát hương thanh bình say mối tình. Khi ánh

trăng về vui đời thắm xinh. Bên giáng huyền thầm mơ lúc tuổi

xanh. Nhớ những phút sống bên nhau đêm nào. Trăng

quyến đôi tâm hồn dìu về đâu? Nhớ những tiếng hát

say sưa êm đềm. Tuy vắng xa nhưng lòng còn xao xuyến.

Nghẹn ngào niềm nhớ nhau. Thương xót ai trăng sầu bên mái

lầu. Hay đớn đau vì câu: "Chờ kiếp sau." Trăng úa

màu lệ dâng ướt ngàn sao.

TRỐNG CƠM

Dân Ca Miền Bắc

Tình bằng có cái trống cơm. Khen ai khéo
Tình bằng có cái trồng cơm. Khen ai khéo

vỗ (ố mấy) bông nên bông (ố mấy) bông nên
vỗ (ố mấy) bông nên bông (ố mấy) bông nên

bông. Một đàn (tang tình) con nít. Một
bông. Một bầy (tang tình) con nít. Một

đàn (tang tình) con nít (ố mấy) lội lội, lội
bầy (tang tình) con nít (ố mấy) trèo trèo, trèo

sông (ố mấy) đi   tìm, em nhớ thương ai. Đôi con
non (ố mấy) đi   tìm, anh vấn vương ai. Đời con

mắt (ố mấy) lim   dim, đôi con mắt (ố mấy) lim
mắt (ố mấy) đăm   đăm, đôi con mắt (ố mấy) đăm

dim. Một đàn (tang tình) con nhện ô ố
đăm. Một bầy (tang tình) con nhạn ô ố

ô (ố mấy) giăng tơ. Giăng tơ (ố mấy) đi
ô (ố mấy) đưa tin. Đưa tin (ố mấy) đưa

tìm. Em nhớ thương ai. Duyên nợ khách tang
tin. Anh vấn vương ai. Duyên nợ gái má

bổng. Duyên nợ khách tang bổng.
hồng. Duyên nợ gái má hồng.

FINE

TRƯỜNG GIÃ TẠM BIỆT

Hoài An

Tango Habanera

Chỉ còn một đêm nay nữa thôi, Mai chúng ta mỗi người một

nơi. Đã trót yêu thương nhau đầy vơi chớ cho hương nhạt màu trôi vì cuộc đời người đi cuối

trời. Nhìn bành - trang lệ rưng cuối mi, Cố nén trong tim một điều

gì. Thôi hãy vui lên trước giờ đi, xóa tan bao giận hờn chi, ai tránh khỏi phút giây phân-

Kiểm duyệt số 1432/XB ngày 21 - 4 - 65

kỳ ?   Chia tay lối rẽ ánh đèn nửa đêm,   Mưa bay giăng mắc phố buồn ngã-

nghiêng.   Tiễn người nhẹ bước chinh - yên cùng chung một chí-hướng mộng ngày về đoàn - viên.   Ba-

lô cắt bước lên đường,   đôi tay gắn bó câu nguyền, ngó nhau lần cuối mỉm cười câu hẹn

mới : lúc quay về vui lứa   đôi !   Dù giờ đây tạm chia cách   xa

Nhưng cách   chia sao được lòng   ta .   Xin chớ quên kỷ - niệm ngày

FINE

qua, những đêm chong đèn ngời   ca tin chắc ngàn kiếp không phai   nhòa !

« TRƯỚC GIỜ TẠM BIỆT » CỦA HOÀI - AN
ẤN - PHẨM SỐ 22 CỦA TẬP « 1001 BÀI CA HAY »
DO TÁC - GIẢ XUẤT - BẢN VÀ GIỮ BẢN - QUYỀN

22

TRƯƠNG - CHI

Nhạc và lời : **VĂN-CAO**

1. — Một chiều xưa trăng nước chưa thành thơ, Trầm trầm không gian mới rung thành tơ. Vương vất heo may hoa yến mong chờ, Ôi, tiếng cầm ca thu tới bao giờ. Lòng chiều bơ vơ lúc thu vừa sang, Chập chùng đêm khuya thức ai phòng loan. Một cánh chim rơi trong khúc nhạc vàng, Đây đó từng song the hé đợi đàn. Tây hiên My - Nương khi nghe tiếng ngân hò khoan mơ bóng con đò trôi. Giai - nhân cười nép trăng sáng lả - lơi, lả - lơi bên trời.

Anh Trương - Chi , Tiếng hát vọng ngàn xưa còn rung

Anh thương nhớ , Oán trách cuộc từ ly não - nùng

Đò trăng cắm giữa sông vắng , Gió đưa câu ca về đâu ?

LỜI CA II

Từ ngày trăng mơ nước in thành thơ,
Lạc loài hương thu thoáng vương đường tơ.
Ngây ngất không gian rên xiết lay bờ,
Bao tiếng cầm ca rung ánh sao mờ.
Nhạc còn lưu ly nhắc ai huyền âm,
Lạnh lùng đôi giây tơ lan trầm ngân.
Trong lúc đêm khuya ai lóng tiếng cầm,
Thu đã chìm xa xa ánh nguyệt đầm.
Khoan khoan đò ơi! tương tư tiếng ca
Chàng Trương Chi cất lên hò khoan,
Đêm thu dài đến khoan tiếng nhạc ơi!
Nhạc ơi thôi đàn.
Anh Trương Chi, tiếng hát vọng ngàn xưa còn rung,
Anh thương nhớ, oán trách cuộc từ ly não nùng.
Đò trăng cắm giữa sông vắng,
Gió đưa câu ca về đâu?
Nhìn xuống đáy nước sông sâu,
Thuyền anh đã chìm đâu!
Từng khúc nhạc xa vời,
Trong đêm khuya dìu dặt tiếng tơ rơi.
Sương thu vừa buông xuống
Bóng cây ven bờ xa mờ xóa giòng sông,
Ai qua bến giang đầu tha thiết,
Nghe sông than mối tình Trương Chi
Dâng úa trăng khi về khuya
Bao tiếng ca ru mùa thu.

Ngoài sông mưa rơi trên bao cung đàn,
Còn nghe như ai nức nở và than,
Trầm vút tiếng gió mưa
Cùng với tiếng nước róc rách ai có buồn chăng?
Lòng bâng khuâng theo mưa đưa canh tàn,
Về phương xa ai nức nở và than,
Cùng với tiếng gió vương,
Nhìn thấy ngấn nước lấp lánh in bóng đò xưa.

Đò ơi! đêm nay giòng sông Thương cao
Mà ai hát dưới trăng ngà.
Ngồi đây ta gõ ván thuyền
Ta ca trái đất còn riêng ta.
Đàn đêm thâu,
Trách ai khi nghèo quên nhau,
Đôi lứa bên giang đầu.
Người ra đi với cuộc phân ly,
Đâu bóng thuyền Trương Chi?

Nhạc sĩ Văn Cao
(1923-1995)

TRƯNG NỮ VƯƠNG

Thẩm Oánh

Trưng Nữ Vương lau phấn son mưu thù nhà. Mài gươm ca

khúc toàn thắng hùng anh. Thu về giang san cho lừng uy gái

Nam. Bầu trời Á sáng ngời ánh quang. Nợ nước phó tay người nhi

nữ, tình riêng cứu nguy cho toàn dân. Một lòng trung trinh son sắt

bền. Hát Giang sóng rền. Trưng Nữ Vương dày đức cao

ơn, xin ứng linh ban phước cho giang sơn hòa bình. Trưng Nữ

Vương nước non còn đó, giống Lạc Hồng quyết kiên lòng bời đền non

TRƯỜNG LÀNG TÔI

Phạm Trọng Cầu

Trường làng tôi cây xanh lá vây
Trường làng tôi hai gian lá đơn

quanh. Muôn chim hót vang lên êm đềm.
sơ. Che trên miếng sân vuông êm mơ màng.

Lên trường tôi con đê bé xinh
Trường làng tôi không giây phút tôi

xinh. Len qua đám cây xanh nhẹ lướt.
quên. Dù.....

.....cách xa muôn trùng trường ơi.

Nơi sống bao mái đầu xanh mầu.
Nơi sống vui bao trẻ nô đùa.

Truyện Tình T.T.K.H
Hai Sắc Hoa Ti-Gôn

Cho tôi ép nốt dòng dư lệ
Nhỏ xuống thành thơ khóc chút duyên

Ý thơ: T.T.Kh. Nhạc: Song Ngọc

SLOW RUMBA

Cứ mỗi lần thu mang bao sầu
(Hỏi rằng vì) đâu anh hay buồn

thương thu về trong mắt buồn. Mình nghe lòng
thương hay là anh dỗi hờn. Để cho niềm

đau thương ai ngày xưa. Thương mùa thu trước:
đau len qua hồn ai. Bên đàn (hoa) tim vỡ

— « Ngày đó giữa nắng hôn hoàng rơi. Chờ đón
— Người ấy vuốt tóc tôi lặng câm. Rồi bảo

nhau nghe mang mang niềm vui. Người ấy thường lặng im đứng
sao khi anh trông màu hoa. Lòng vẫn sợ tình yêu chúng...

1ª
nhìn xa vun vút bóng chiều phong. Hỏi rằng vì...

2ª
...mình lại tan vỡ như màu hoa. Hoa Ti Gôn lại

sầu   khi ta   xa lần đầu   Người ơi, nào ai hay   ai   biết giết con

tim ! ?   Rồi đây   dưới trời đau thương   anh có buồn hay

không   !   Trong một   ngày vui   pháo cưới nhuộm

đường   Người ơi thôi hết   đâu còn   gì luyến thương ! Biết hoa   rơi   về

đâu   Thế rồi từng thu   thu   đi lại

thu   thu   về tan tác   lòng   Để tôi nhìn thu   trông hoa đỏ

rơi   mang niềm đau   tới   Trời hỡi ! lỡ dứt câu hẹn

xưa   Người có   hay tôi sang sông buồn không ?   Lòng đa

thăm : « Chuyện hai chúng mình là   hoa vỡ, tan chờ   trông.

TỪ ĐÓ EM BUỒN

Trần Thiện Thanh

BOLÉRO

Từ biệt nhau đi giữa mùa trăng xẻ đôi lúc tình mới thành
(Tạ từ anh) hứa đêm tròn hai mùa Xuân sẽ về nối lời

lời. Trông nhau lần cuối nước mắt tuôn mặn môi nước mắt chia đôi đời.
thề. Đông qua hè tới thấm thoát đã mười thu không tin thư đưa về.

Bóng anh khuất sau đời lúc mây tím giăng trời lúc giông tố tơi bời lúc đường đời ngăn
Nhớ anh nhớ vô vàn nhớ anh nhớ muôn ngàn nhớ anh đã bao lần mắt nhòa lệ đêm

đời... Tình mình chia phôi nhưng tình đầu làm sao vơi nên TỪ ĐÓ EM BUỒN.
mơ... Lệ nhòa đêm mơ trông đợi người về lau khô nên TỪ ĐÓ EM. . . . .

(Tạ từ anh)
. . . . .BUỒN. Từ đó đâu còn nữa đêm hẹn

xưa tha thiết gọi tên nhau. Từ đó đâu còn nữa trăng ngày

xưa lưu luyến soi đời đầu. Gương xưa còn đó nhưng bóng người nào thấy đâu ?

Áo xưa còn đó nhưng mùi hương phai nhạt rồi... Từ đó nghe trong lòng, nghe trong

lòng mưa gió từng đêm. Vào một đêm sương có người trai hỏi hương báo một tin thật

buồn   Tin anh gục chết giữa chốn nông trường xa cho tơ duyên bẽ bàng.
         (lúc băng giòng sông   vô đầy xảy ăn   tình)

Phút giây cuối trong đời vẫn không nói nên lời   vẫn xa cách phương trời uất hờn nghẹn tim

côi...   trọn đời ngăn đời để một người sầu lên môi   nên TỪ ĐÓ EM BUỒN

Pour finir   FINE

(Từ biệt nhau)   môi   nên TỪ ĐÓ LỆ RƠI.

TỪ GIẢ KINH THÀNH

Lời : HỒ - ĐÌNH - PHƯƠNG   Nhạc : CHÂU - KỲ

Năm năm có vạn tiếng cười,
Hôm nay còn lại một lời ly hương !
(H. Đ. P)

Ra   đi   một sớm buồn,   Sương

mờ   chập - chùng   buông,   Mênh - mang   ơi lạnh lùng   hồn   xao

xuyến !   Chia   ly   một bóng người,   Âm - thầm   diu chân

tôi,   Lưu - luyến đưa vài tiếng   lên   đường .   Ngày

nào   bạn   cùng   tôi,   Chung   bước   gieo khắp   nơi.   Say

sưa trông thế - nhân yêu dời   Ngày nào vượt thành

kinh, Xa lắng trông núi xanh, Thông reo theo gió đưa ngàn

lời .   Ra   di là hết rồi ! Quay nhìn đoạn dời

trôi, Hôm nay sao lạnh lùng hồn lưu luyến !   Xa

xa một bóng người, Tay buồn cầm khăn lay, Như nhắn lên vài

tiếng : « tương - phùng »   .   Ra,...   phùng » .

T. H. 394

TỪ GIỌNG HÁT EM

NHẠC VÀ LỜI : NGÔ THỤY MIÊN

Rồi từ giọng hát em chợt vút cao vút cao một trời một
vui tìm bước qua bước qua một lần thật

trời Bài ca thánh đêm vang lên trong ngày dài mệt nhoài một phận
gần Người ta dấu yêu xin em cho một lời miệt mài trọn đời

đời Ôi biết bao giờ ta đốt hết từng lời ca êm mặn nồng
mình Ta chết theo ngày em cất tiếng nhạc còn buông xuôi người còn

trong tim muộn phiền người đem giá băng về
chơi vơi tìm người...

trên tuổi đã buồn. Rồi từng ngày tháng...
...người còn xa xôi cho mùa Thu úa tàn

theo. Thấy tiếc nuối người yêu ơi xin em một lời tạ từ nhau

thôi cho mưa bay ngút ngàn phương trời Ta theo lời hát

đó như theo làn mây trôi đẫm ướt trên bờ môi Trời còn làmmưa

rơi cho tình mình còn tươi tươi nồng nàn. Còn chờ ngàn kiếp

sau một tiếng ca tiếng ca tạ từ tạ từ Bàn tay đã

như xanh xao đan cuộc tình mù lòa trọn đời mình.

Ta vẫn thương người yêu dấu cũ dù hồn chơi vơi dù nhạc

buông lơi tàn rồi Người còn mai sau thôi lạc kiếp mãi chờ nhau.

TỪ KHÚC

Nhạc & Lời: TỪ CÔNG PHỤNG
1969

sau dõi tìm nhau   Dù biết lối đi này cuộc tình gẫy

cánh đêm trăng nào lẻ loi   Và những chiếc hôn

này người tình tôi dấu yêu muôn đời sầu nào sẽ ghé trên môi sầu như thoáng

rơi trong giấc mơ tả tơi   Dù mai cuộc tình

ta vội vàng rụng xuống   Trên tay người hoa khép kín đôi

mi   Thì xin người hãy ghé môi sầu

Cho lệ tình ngàn sau ấm lòng nhau

từ một ước mơ

nhạc và lời: TRƯỜNG SA

SLOWLY

Này em hỡi có nghe thu nhạt màu nắng, khi những cơn heo

may hiu hắt qua song thưa. Còn chăng trong nỗi nhớ, ân tình ngày vàng

đó, có bạc màu mây khói, nơi sương gió ngàn khơi. Tình yêu

đó trông qua dõi bờ biển lớn, như ánh sao cô đơn, le lói trong đêm

khuya và ngàn mây che khuất, nên nghe tình thầm ước, ước ngày mai nắng

ấm đem cánh én mùa xuân vào lòng.. Và bay mãi bay mãi để nghe ước mơ ngập

tràn; và mơ ước mơ ước bừng lên khúc ca nồng nàn. Có một

lần trong cuộc đời tình yêu phơi phới, xóa tan đi tháng năm sầu thương người

ơi! Nầy em hỡi mỗi khi thu vàng màu lá, nỗi xót xa bên

kia, nhớ xót xa bên đây, bàn tay nâng niu mãi đóa hoa hồng tàn

úa, vẫn chờ nhau em nhé dẫu biết chỉ là ước mơ./.

Canada 2/2007

TUỔI ĐÁ BUỒN

Trịnh Công Sơn

Nhẹ nhàng

Trời còn làm mưa mưa rơi mênh mang từng ngón tay buồn em mang em
(Trời còn làm) mây mây trôi lang thang sợi tóc em bồng trôi nhanh trôi

mang đi về giáo đường ngày chủ nhật buồn còn ai còn ai đóa hoa
nhanh như dòng nước hiền ngày chủ nhật buồn còn ai còn ai đóa hoa

hồng cài lên tóc mây, ôi đường phố dài lời ru miệt mài ngàn năm ngàn
hồng vùi quên trong tay ôi đường phố dài lời ru miệt mài ngàn năm ngàn

năm ru em nồng nàn ru em nồng nàn. Trời còn làm...
năm ru em giận...

...hờn ru em giận hờn. Trời còn làm mưa mưa rơi mưa

rơi từng phiến băng dài trên hai tay xuôi tuổi buồn em mang đi trong hư

vô ngày qua hững hờ. Trời còn làm mưa mưa rơi mưa rơi từng phiến mây

hồng em mang trên vai tuổi buồn như lá gió mãi cuốn đi quay tận cuối

trời. Trời còn làm mưa mưa rơi thênh thang từng gót chân trần em quên em

quên ôi miền giáo đường ngày chủ nhật buồn còn ai còn ai đóa hoa

hồng tàn hôn lên môi em gầy ngón dài lời ru miệt mài ngàn năm ngàn

năm ru em muộn phiền ru em bạc lòng.

Tuổi đời mênh mông

Trịnh Công Sơn

Mây và tóc Em bay trong chiều gió
(Ôm cuộc sống trong) tay bên đời quá

lộng, Trời làm cơn mưa xanh dưới những hàng me, Em cùng lá tung
rộng. Tuổi thần tiên yêu dấu dưới ngôi trường kia, Em cùng đóa hoa

tăng như loài chim đến Vừ dừ hót giữa phố
lan hay quỳnh hường trắng, thơm ngát ...

nhà. Ôm cuộc sống trong ... ... từ đầu đai quê nhà. Có tình

yêu thời thơ ấu, Buồm hoa và chim cùng mua nắng, Em

đứng bên trời tự do, yêu đời thiết tha. Bao đường phố Em
... hoa trong thành phố này, Tuổi đời mênh mông quá búp non đầu

qua nắng lên đứng chờ, Đường dìu chân Em đi đến những miền
cây, Em về giữa thiên nhiên em cười em nói như sóng ...

xa, Thăm ruộng đất bao la những làng quê cũ, Mùa cây

trái níu chân về. Như là những bông ...
... đùa biển khơi.

TUỔI MƯỜI BA

THƠ : NGUYÊN SA

NHẠC : NGÔ THỤY MIÊN

Trời hôm nay mưa nhiều hay rất nắng Mưa tôi trả về bong bóng vỡ đầy tay. Trời nắng ngạt ngào tôi ở lại đây như một lần hiên nhà nàng dịu sáng. Trời hôm ấy mười lăm hay mười tám. Tuổi của nàng tôi nhớ chỉ mười ba. Tôi phải van lơn ngoan nhé đừng ngờ. Tôi phải van

lơn ngoan nhé đừng ngờ. Áo nàng vàng anh về yêu hoa

cúc. Áo nàng xanh anh mến lá sân trường. Sợ thư

tình không đủ nghĩa yêu đương. Anh thay mực cho vừa màu áo

tím. Rồi trách móc trời không gần cho tay với. Và cả

nàng hư quá sao mà kiêu. Nên đến trăm lần nhất định mình chưa

yêu, nên đến trăm lần nhất định mình chưa yêu.

Tuổi Mây Hồng
1994

Nhạc & Lời : Ngô Thụy Miên

Cho mây ươm tóc em nồng Tình yêu tấm trong mây
em gót bước yêu kiều Làn mây áo bay trong

hồng Tuổi nào khóc trên cung đàn Cho hoa vướng áo em
chiều Hàng cây đứng nghe tuổi buồn Cho em đắm đuối nói

dài Mơn man hôn tóc mây cài Bâng khuâng mơ ánh trăng
cười Xôn xao em đến bên người Chơi vơi tiếng hát bên

1. vàng lá bơ ngoài song. Cho_
2. _trời Mùa thu êm

_trời Mây bay cho gió ôm nhẹ nắng

tơ Xõa tóc em ngồi viết thơ Giọt nắng nghe chuyện ước

mơ   Đong đua cho nắng thôi đừng lãng phai   Chu

ngón tay mềm em ru   Chiều buông lá vàng nhẹ rơi

Cho mây giăng kín môi sầu   Lệ tình thắm tơ duyên

đầu   Một đời ngát hương dịu dàng   Xin

cho em giấc mơ hồng   Cho em yêu dấu trong lòng   Ch

em thương nhớ mơ mộng tình yêu bay cao.

TUỔI THƠ

Nhạc và lời của LÊ - THƯƠNG

Trời xanh, xanh mát. Hương thơm, thơm ngát. Cùng nhau ta

múa diệu ca. Cùng nhau ta hát đời ta. Nhụy

hoa thanh khiết. Men hoa ngây ngất. Hát cho tâm

hồn được khuây. Cũng như cánh đẹp được bay.

Sớm bắt bướm hái — hoa, kêu la nô đùa chiều lại

ra dạo chơi vườn — hoa. Tôi quyến luyến mí ba. Vui

ca bên đèn. Bây giờ đêm, nằm ngủ mơ thấy tiền.

CA KHÚC II. — Cười vui ca hát!
Tươi thắm đôi môi ướt
Bàn tay năm ngón cùng xinh
Màu da trong trắng mượt tinh
Chìm trong đôi mắt
Bao ước mơ trong vắt
Sướng thay cho đời trẻ thơ
Mỗi trang là một bài thơ

CA KHÚC III. — Trẻ con theo tánh
Ưa trái cây ưa bánh
Hàm răng hay sún vì chua
Mà ai cho bánh thì ưa
Dầm mưa dang nắng
Chơi cát dơ mẹ mắng
Sống vui trong bầu trời thơ
Sướng thay cho đời trẻ thơ

Bản nhạc " TUỔI THƠ " in lần thứ hai
ngoài những bản thường còn in riêng 30 bản
đặc biệt trên giấy tốt có đánh số từ 1 đến 30
và có chữ ký của tác giả.

A. C. 41

TUỔI XA NGƯỜI

Nhạc & Lời: TỪ CÔNG PHỤNG
1967

Một chiều em tay đan tay dìu nhau trên lối đưa em đi nhè nhẹ vào
Kể từ em đem cô đơn mọc lên phố vắng khi em mang nụ cười khói

đời. Bằng vòng tay tôi nâng niu mùa thu thức giấc đưa em vào ngày tháng vô
đời Từng chiều rơi nghe như cõi lòng mình tê ....

về. Kể từ ... tái ngờ như đời còn gọi tên nhau. Ngày

đó khi một lần một lần tiếng hát đồng lõa đưa em vào vùng trời lấp lánh bằng

những cánh sao trời đầy đôi mắt   ngước   trìu mến.   Em, em xa

dần ngàn đời hoang vắng tôi đi về buồn chưng kẻ tóc,   bước chân này còn tròn kiếp hoang

vu.   Một mình   đi lang thang trong mùa đông rét   mướt nghe bơ vơ hồn mình lạc
(Trời mùa...)   đông hong khô đi niềm tin sỏi   đá   trên đôi tay này mình còn

loài   Buồn dậy lên   trên dung nhan gầy xanh của   tuổi trên tháng ngày   hàn vết đời
gi   Và giòng sông   trôi đi   vô tình mang   tất ......

mình...   Trời mùa....
                ...cả   cuộc đời này của người hay   tôi

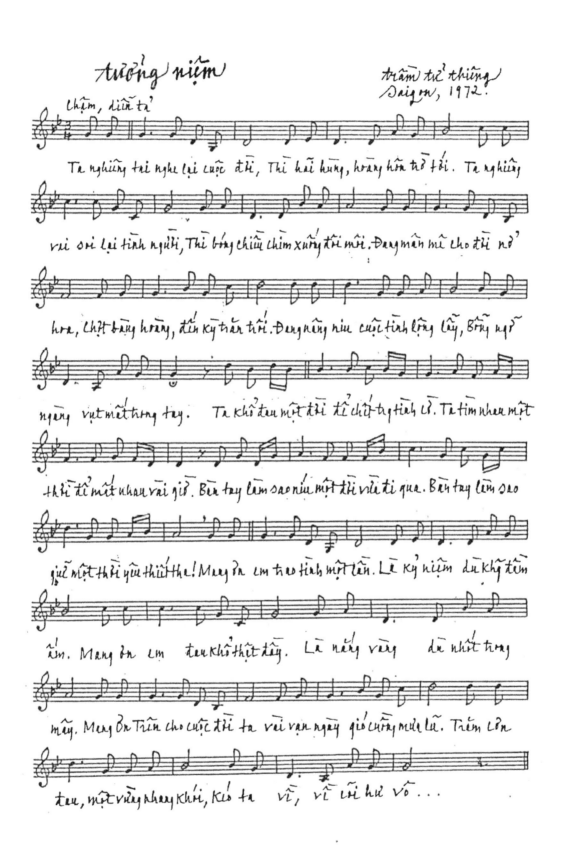

tưởng niệm

trầm tử thiêng
Saigon, 1972.

Chậm, diễn tả

Ta nghiêng tai nghe lại cuộc đời, Thì hãi hùng, hoàng hôn trờ tới. Ta nghiêng

vai soi lại tình người, Thì bóng chiều chìm xuống đời môi. Đang mân mê cho đời nở

hoa, Chợt bàng hoàng, đến kỳ trăn trối. Đang nâng niu cuộc tình lộng lẫy, Bỗng ngờ

ngàng vụt mất trong tay. Ta khổ đau một đời để chết trong tình cờ. Ta tìm nhau một

thời để mất nhau vài giờ. Bàn tay làm sao níu một đời vừa đi qua. Bàn tay làm sao

giữ một thời yêu thương tha! Mang ơn em trao tình một lần. Là kỷ niệm dù không tên

ấm. Mang ơn em đau khổ thật đầy. Là nắng vàng dù nhạt trong

mây. Mang ơn Trên cho cuộc đời ta vài vạn ngày gió cuồng mưa lũ. Trăm con

tim, một vùng nhang khói, Kêu ta về, về cõi hư vô...

Nhạc sĩ Trầm Tử Thiêng
(1937-2000)

TƯỞNG RẰNG ĐÃ QUÊN

Trịnh Công Sơn

1.Tưởng rằng đã quên, cuộc tình sẽ yên. Tưởng rằng đã
2.(Tưởng rằng đã) quên cuộc tình sẽ yên Tưởng rằng đã

quên nhưng tim yếu mềm, một ngày thấy em là đời bỗng
quên thân đau muốn năm, vì từng bước em là từng mũi...

đêm   vây   khốn   Tưởng rằng đã.. ...đinh   cuồng

diên   Còn   gì   đâu   những đóa hoa hồng   vì trái
                   Còn lại   đây những sớm mai buồn vì phố

tim   tội lỗi lưu vong.   Còn gì   đâu những mả xưa nồng   dù xác
xưa cỏ lá mong manh.   Còn lại đây những bến hoang tàn vì xác

thân   còn phút ăn năn. Tưởng rằng đã quên cuộc tình sẽ yên. Tưởng rằng đã
thân   đã quá lênh đênh.   ...quên cuộc tình sẽ yên. Tưởng rằng đã

quên   em qua phố rộng một lời trối trăn   còn tìm thấy trong   đôi
...quên tay em vẫn còn dựng đời bão lên   làm từng vết....

mắt.   Tưởng rằng đã.. ...thương   hồn   nhiên.

TÚP LỀU LÝ TƯỞNG

Hoàng thi Thơ

Rất kích động và yêu đời

Từ ngày hai đứa yêu nhau mộng   ước thật nhiều !
(Rồi mình đi kiếm liều xanh mình)   kết làm mảnh !

Từ ngày hai đứa yêu nhau lòng   ước bao nhiêu !
Rồi mình xin khóm trúc xinh trồng   hết chung quanh !

Mộng vàng hai đứa có chi là   quá xa xôi: Ta mơ một
Ngoài vườn hoa cúc hoa mai nào   khác chi tranh: Ban mai mình

mái nhà tranh   Ta mơ một   túp lều tình   đời mình đẹp
ngắm màu hoa   đêm đêm mình   ngắm chị Hằng   dù nghèo cuộc

mãi với Em   và Anh   đời mình đẹp   mãi dưới túp   lều
sống vẫn thêm   hào hoa   đời mình đẹp   quá có ai   bằng

xinh... Rồi mình đi kiếm liều xanh mình

ta... Túp lều lý

tưởng của Anh và của Em ! đầu đầu nào anh   ơi ? Túp lều lý

tương của   Em   và   của   Anh !   đâu   đâu   nào   Em   ơi ?   Túp lều lý

tương   đó   ta   xây bằng   duyên   bằng   tình   không   ai   mà

yêu   bằng mình   khi   ta   đứng   nhìn   một   đàn   con   xinh...

Tình mình   không   chắc   dễ   mua   hạnh   phúc   bằng   tiền !   Vì   tiền   chưa   chắc   đã   cho   cuộc

sống như   tiền !   Tình   nghèo   hai   đứa   ước   mơ   chỉ   bấy   nhiêu   thôi: Ta   mơ   một

mái   nhà   tranh   Ta   mơ   một   túp   lều   tỉnh   đời   mình   đẹp

mãi   với   Em   và   Anh   đời   mình   đẹp

mãi   dưới   Túp   lều   xinh...

TÙY HỨNG LÝ QUA CẦU

Trần Tiến

Bằng lòng đi em về với quê
Bằng lòng đi em về với quê

anh. Một cù lao xanh. Một dòng sông xanh.
anh. Một cù lao xanh. Một dòng sông xanh.

Một vườn cây xanh hoa trái đưa hương.
Bằng lòng anh xin thưa má thưa ba.

Thuyền ai qua sông nụ cười mênh mông. Bằng lòng đi
Mình ngồi bên nhau chuyện trò yêu thương. Mình ngồi bên

em anh đón qua cầu. Mùa mưa cầu
nhau nghe tiếng chuông chùa. Bình yên chùa

tre dẫu khó đưa dâu. Bằng lòng đi anh dưới
miền câu hát xa đưa. Mình ngồi bên nhau dưới

mái tranh nghèo. Về đây, người quê chỉ có tấm
ánh sao mờ. Lặng nghe, dòng sông tiếng sóng vỗ

lòng. Có chiếc xuồng ba lá để yêu
bờ. Tiếng đàn kìm man mác buồn trên

em..
sông. Ôi. đóa hoa tím trôi líu

ríu. Dòng sông nước chảy líu ríu. Anh thấy em nhỏ

xíu nhỏ xíu anh thương. Ôi! Những

đêm ngắm sông nhớ em buồn muốn khóc. Mình

anh ca điệu lý qua cầu.

TUYẾT TRẮNG

— Tặng Lư Kim Sơn - Nghĩa; Phi Đoàn 114
— Trong lần thăm tiền tuyến Cao Nguyên.
— Trên chuyến bay Komtum - Nha trang
(A. C.)

Anh Chương.

BOLÉRO BIGUINE

Anh biết chiều nay em anh buồn lắm. Đa
(Dây) áo (bay) màu xanh xanh như tình ái. Thất

hẹn, nhưng chẳng thấy anh sang, Khi nắng công
lại khăn ấm chính em đan, Khi gió quay

trường soi bước em, khi chiều kéo lại bao nhiêu nhớ mong, khi đường mây
cuồng sau cánh bay, con tàu thét gằn cho tim ngất . . . .

chờ anh tung cánh sắt (Dây)

ngày phi đạo chạy

dài anh cất cánh bay lên, Ngỡ nghiêng cánh chim con tàu xé

Ấn phẩm thứ 17
NHẠC HAY CỦA BẠN

giấy phép số 928 ngày 25-3-66

trời rời xa thành phố rồi. Mây giăng thật thấp mây đan lụa

trăng, mây pha màu nắng. Vượt cao vút cao, mây trời kết

thành một vùng tuyết trắng ngàn. Tuyết ơi xin nhuộm trắng trong tâm

hồn em gái nhỏ tôi thương. Khi nắng chiều

đi không gian chợt tối.. Xóa nhòa vùng

tuyết trắng mông mênh. Anh ước sao tình như tuyết

trinh, cho dù chúng mình không gian cách ngăn cho dù TUYẾT

TRẮNG dù chìm trong màn đêm Cho dù tuyết...

TUYẾT TRẮNG :
SÁNG TÁC : ANH CHƯƠNG
THU THANH DĨA NHỰA : NHẬT TRƯỜNG

Tỳ Bà

Nhạc: Phạm Duy
Thơ Bích Khê

nàng ơi tay đêm đương giăng mềm trăng qua cảnh tơ đan em mây phạm ầu thu trên nhung

trời sương lam phơi mầu thu muôn muôn nơi vàng sao im im trên hoa

gầy tương tư ôi người thôi qua đây năm xưa ôi nàng quên câu

thề hoa vừa đưa hương gầy để mê cây đàn yêu đương làm bằng

thơ cây đàn yêu đương run trong mơ hồn về trên môi kêu em

ơi! thuyền hồn không đi lên chơi vơi tôi qua tim nàng vay du

dương tôi mang lên lầu lên cung thương tôi không bao giờ quên yêu

nàng tình tang tôi nghe như tình lang. nàng ơi! tay đêm đương giăng

mê yêu nàng bao nhiêu trong lòng tôi yêu nàng bao nhiêu trên đôi

môi đầu tim đào nguyên cho xa xôi đào nguyên trong lòng nàng đây

thỏi   thu ôm muôn hồn   phiêu diêu   sao tôi không màng kêu : em

yêu!   trăng   nay không nàng như trăng thiu   đêm   nay không nàng như đêm

hiu   buồn lưu cây đào tìm hơi xuân   buồn sang cây tùng thăm đông

quân   ô hay buồn vương cây ngô đồng   vàng rơi vàng rơi thu mênh

mông   buồn lưu cây đào tìm hơi xuân   buồn sang cây tùng thăm đông

quân   ô hay buồn vương cây ngô đồng   vàng rơi vàng rơi thu mênh

mông vàng   rơi vàng rơi thu mênh mông   vàng rơi vàng rơi thu mênh

mông   vàng rơi vàng rơi thu   mông   vàng rơi vàng rơi thu mênh mông...
                                 mênh

Ước Gì

Nhạc: Nga
Lời Việt: Võ Thiện Thanh

Em đã sống những đêm trời có ánh trăng chiếu vàng. Em đã

sống những đêm ngòai kia biển ru bờ cát. Ước gì anh ở

đây giờ này ước gì anh cùng em chuyện trò cùng nhau

nghe sóng xô ghềnh đá ngàn câu hát yên bình. Em đã

biết cô đơn là thế mỗi khi cách xa anh. Từng đàn

chim cuối chân trời biếc tìm nơi bình yên. Ước gì anh ở

đây giờ này ước gì em được nghe giọng cười và hơi ấm đã bao ngày

qua mình luôn sát vai kể. Em xa anh đã bao ngày rồi nghe

như tháng năm ngừng trôi. Đi xa em nhớ anh thật nhiều này

người người yêu em hỡi! Ước gì em đã không lỡ lời

ước gì ta đừng có giận hờn để giờ đây cô đơn vắng tênh đời em đã

vắng anh rồi. Ước gì cho thời gian trở lại ước gì em gặp

anh một lần em sẽ nói em luôn nhớ

anh và em chỉ có anh thôi.

ƯỚT MI

Trịnh Công Sơn

Boston

Ngoài hiên mưa rơi rơi. Lòng ai như chơi
.....hiên mưa rơi rơi. Buồn dâng lên đôi

vơi. Người ơi! Nước mắt hoen mi rồi. Đừng
môi. Buồn đau hoen ướt mi ai rồi. Buồn

khóc trong đêm mưa. Đừng than trong câu ca.
đi trong đêm khuya. Buồn rơi theo đêm mưa.

Buồn ơi! Trong đêm thâu. Ôm ấp giùm ta
Còn mưa trong đêm nay. Lòng em buồn biết

nhé. Người em thương mưa ngâu. Hay khóc sầu nhân
mấy. Trời sao chưa thôi mưa. Để mắt người em

VÀ CON TIM ĐÃ VUI TRỞ LẠI

Nhạc và Lời : Đức Huy

Và Tôi Cũng Yêu Em

Nhạc và Lời: Đức H...
© 1982, 1990

Vào hạ

Nhạc và lời : LÊ HỰU HÀ

Trời nhẹ dần lên cao hồn tôi dường như bóng chim.
Rì rào ngọn heo may thở than qua muôn khóm cây.

Vờn đôi cành mềm lặng lẽ kiếm chốn nao bình yên. Và dòng sông
Chợt nghe hững hờ mùa hạ lướt thướt qua tầm tay. Kìa vầng mây

xanh kia nằm im như không muốn trôi. Phơi màu do rêu vỗ về
lang thang tìm bạn đời không dối gian. Để cùng nhỏ to câu chuyện

đánh giấc trưa nghỉ ngơi. Ta rong chơi phiêu lãng cuối trời
nắng mưa trần gian.

VẪN MỘT ĐỜI HIU QUẠNH

Nhạc & Lời: TỪ CÔNG PHỤNG
1995

Rumba

Trong hồn em vẫn một cõi đời hiu quạnh
Trong hồn em vẫn một cõi đời mưa lạnh

Sao người qua đây không một lần ghé
Khi tình mong manh như một giọt nắng

thăm Vườn trăng xưa đóa quỳnh hương vẫn nở màu phôi
tan Đời chia xa những giòng sông khuất mờ tình phôi

pha bóng thời gian khuất mờ và hồn em dường như cũng úa theo mùa thu tàn
pha những mùa rơi lá vàng lệ em rơi hàng lệ....

tạ ....nén những mùa mưa nhạt nhòa.

Vẫn nhớ cuộc đời

Trịnh Công Sơn

Một ngày bỗng thấy Yêu thương mọi người, Một ngày bỗng nhớ Đôi môi rồ dại, Mọi người đã tới vây quanh cuộc đời Từng giờ tiếc nuối chia ta ngậm

Vần Thơ Sầu Rụng

Thơ Lưu Trọng Lư - Phạm Duy phổ nhạc

nghiêng mái   tóc hương nồng (à ờ) Quay   đều ! Quay   đều ! Quay   đều ! Thời

gian lặng rót   một dòng (à ờ) buồn tênh Một   dòng (à ờ) buồn   tênh. Quay

đều ! Quay   đều ! Quay   đều ! Quay   đều ! Quay   đều ! Quay   đều ! Quay

Repeat-Fade Out

Saigon 1958

VẦN THƯƠNG

Xuân Tiên

Thương ánh trăng vàng. Thương gió bên ngàn.

Thương những hoa nhạt màu thời gian

Thương lá thu vàng. Thương cách đôi dàng.

Thương những cung đàn còn dở dang.

Thương ánh sao mờ. Thương mối duyên hờ.

Thương bến thương bờ thuyền bơ vơ

Thương mãi mong chờ Thương nước lững lờ.

Sao vẫn thương hở người còn mơ.

Ta   thương   ai   những u   sầu   dêm   thâu.

Ta   thương   ai   lúc ban   dầu   tình   sầu.

Còn   xót thương bao người   thé   lương.   Tình luyến thương bao người phong sương,

và   nhớ thương   bao   người   di   bốn   phương

Thương   nhớ nhau   hoài.   Thương   khóc dêm   dài.

Thương   những   u   hoài   tình   lạt   phai.

Thương   nhớ chan   hoà.   Thương nước non   nhà.

FINE

Thương   biết bao   là   tình   cua   ta.

Vàng phai trước ngõ

Trịnh Công Sơn

Rộng rãi

(Nhạc dẫn ... ...

Khoan thai

Vàng trước ngõ trong ngắn áo lụa, Nụ hồng quá nghe ra ngậm

...) (Hồng di) nhé chân về giữa ngọ, Đường xanh quá mỏi e ngại

ngùi, vì vàng phai xưa từng mấy độ, Rộng nghìn thu một tà dương

hồng, Từ trời em ôi hồng rất lạ, Đường về ...

ấy. Hồng đi...   ...xa   trời đất mông lung.   Hồng đi   nhé, môi cười giữa

ngọ, Vàng phai sẽ   nhớ em một   mùa. Hồng đi   nhé   xin hồng với

Chậm...

nụ.   Vàng phai sẽ   cuốn   đi   mịt mù.   Giòng sống   nắng cho bờ bến

...đứng bên trời gió

rộng,   Vườn trưa vắng tiếng ru lạc loài. Một vòng nôi   ru chiều xuống

lộng, Hoàng hôn xuống ở chân   mẹ   về. Chợ chiều xa   không còn tiếng

ruộng, Một dòng sống chở ngày hấp hối. Chiều ru...

đồng, Một bàn ...   ...chân rời suối qua

khe.   (Nhạc kết ...   .

...   .

VỀ DƯỚI MÁI NHÀ

Xuân Tiên - Y Vân

Cha Cha Cha

Người ơi mau về đây. Về bên bếp
(Nhà) ai trong chiều nay. Lửa đêm đốt

hồng tay cầm tay. Cười lên chan chứa tươi làn môi.
hồng tay vai kề vai. Và nghe câu hát yêu đời ai.

Nhớ phút vui đêm nay. Về đây cho lòng say.
Hát mãi sao không nguôi. Vì thương yêu đời nhau.

Tìm nhau mấy mùa hoa còn tươi. Tìm khi nắng
Vì thương những chiều mưa về đâu....

lên hay chiều rơi. Ta nhắn nhau về đây. (Nhà) ....Vì thương những

người không tình yêu nên nhớ đi tìm nhau. Ở. Bếp

hồng sưởi ấm. Bếp hồng tươi. Tiếng ca xa vời, hát mừng,

mừng lửa hồng tươi. Ớ. Nỗi lòng chan chứa.

Hỡi người ơi! Biết bao cho vừa tình thương, của bếp hồng

soi. Chiều nay mưa còn rơi. Chiều nay bếp hồng đang còn say.

Chiều nay vui sống trong tình yêu. Nhớ phút vui không nguôi.

Nào ai xa ngàn nơi. Kìa bao mái nhà đang chờ ai.

Kìa bao bếp hồng đang còn tươi. Thương nhớ lên đầy vơi.

VỀ ĐÂY EM

Ballad

Music & Words
Trịnh Nam Sơn

Về đây nghe em

Nhạc : TRẦN QUANG LỘC
Thơ : A - KHUÊ

Về đây nghe em Về đây nghe em Về đây mặc áo the đi guốc
(Về đây nghe) em Về đây nghe em Về đây thả ước mơ đi hát

mộc Kể chuyện tình bằng lời ca dao Kể chuyện tình bằng nỗi ngồ
dạo Để đời đời làm giọt sương mai Để chào đời bằng lòng mới

khoai Kể chuyện tình bằng hạt lúa mới Và về đây nghe lại tiếng
lớn Để hận thù người người lắng xuống Và tìm nhau như tìm xót

nồi thơ ấu khúc hát ban đầu. Về đây nghe
xa trong lúc lệ đã đầy... ...vơi. Này người

về lại Phố Xưa

Nhạc & lời: Phú Quang
Hòa âm: Thanh Phương

Rồi cũng về lại phố xưa về trong mùa thu bồi hồi làn mưa lối

vắng. Rồi cũng về lại phố quen về trong tình em, dịu dàng, dịu

dàng. Lại đi bên em bình yên, bình yên. Con gió lang

thang về chốn quê nhà. Về nghe con sông tiếng đêm, tiếng đêm

rì rào bên ta nỗi nhớ khơi xa. Lại nghe yêu
Về đây bên

thương trào dâng lòng tôi và nghe khát khao trong tiếng em
nhau cùng bao buồn vui Sau những tháng năm ở chốn quê

cười. Dù mai cách xa người ơi, tình yêu này vẫn còn mãi trong tôi.
người.

Nhạc Sĩ Phú Quang

về miền trung

Phạm Duy

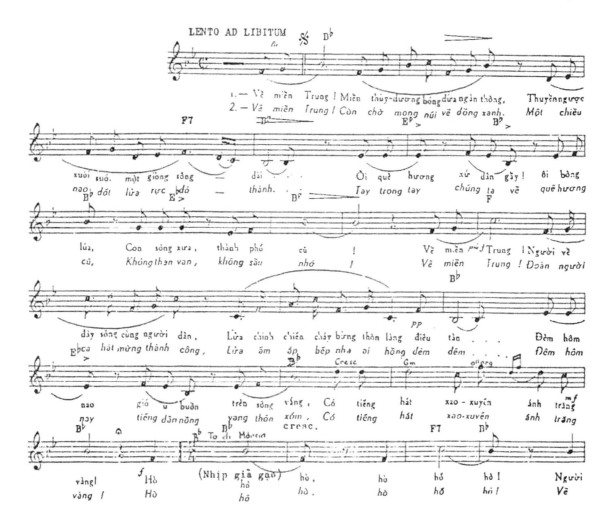

VỀ QUÊ NGOẠI

Hàn Châu

Anh xin mời em đi về miền quê xa lắc lơ.
Qua bao ngày thơ kỷ niệm mộng mơ anh đã đi.

Nơi quê hương anh có hàng dừa xanh, có ngàn câu
Bao nhiêu năm qua chẳng về làng quê, chắc ngoại đã

hò thắm tình dân tộc. Anh xin mời em đi về quê
già tóc bạc da mồi. Ơi quên làm sao kỷ niệm êm

ngoại một lần thôi, nơi anh chào đời ngoại ru bùi
đềm của tuổi thơ, anh mê từng mùa cơn gió dật

ngùi bao năm vất vả mưa nắng ngược xuôi.
dờ ru anh giấc mộng thim thíp vào.... ....mơ.

Đây là quê hương anh, một dòng sông xanh nước chảy êm đềm.

Đây là nhịp cầu tre nối liền hai thôn sớm nắng chiều mưa.

Hôm nay anh về vun lại hàng cau tháng năm dãi dầu cằn cỗi từ

lâu, cho anh sống lại tuổi thơ ban đầu đã mất từ lâu.

Em vui nhiều không khi mặt trời lên trên khóm tre,

con chim xinh xinh nó chuyền cành me xuống đậu sau hè uống giọt nắng

hồng. Em thương nhiều không, lưng ngoại đã còng vì thời gian. Quê hương đời

FINE

đời, câu hát ngọt lời anh vui sống lại như máu về tim.

VỀ THĂM XỨ LẠNH

Anh **VỀ THĂM XỨ LẠNH** *một chiều,*
Mây buồn khơi kín nỗi niềm yêu.
Thời gian xa cách chừ lâu lắm,
Anh nhớ ngày đi lệ thắm nhiều!!...
H. C.

Hùng-Cường

Tha Thiết

Rall.

Introduction . . . .

Đà-Lạt

mơ, mơ người em nắng ấm lên rồi vai nặng vai chiếc gánh bên

đôi nhìn đôi môi son thắm em còn tươi. Đà - Lạt ơi! Sương buồn thấm ướt trên hàng

mi ai cười nhớ đến câu biệt ly, lòng du khách ngập ngừng đi. Đà - Lạt

ơi! Ai buồn khơi tiếng sáo xa vời. Kia nhà ai khói ấm lên

rồi thấy lòng chơi vơi! Qua sương đêm vẳng nghe tiếng suối đưa về!

Tay trong tay dìu nhau đến chốn hương thề, dừng bên đường ta mơ

ước sống trọn niềm thương! Ai đang   di ngoài kia gió rét âm   thằm.

Riêng tâm tư lặng nghe thổn thức giá băng xuyến xao lòng hoài   mong !   Nhớ đến năm xưa ngày

nào,   nắng   ấm dâng hương ngạt   ngào, giòng Cam - Ly mờ   xóa thương

đau   người về   đâu hồn   đắm trăng   sao   lòng tha   thiết tình   quê yêu

dấu !   Nhớ đến đêm xưa ngày   nào,   ngắm bóng trăng soi rạt   rào, hồn làng lâng tìm đến nơi

nao, thuyền rung rinh gợn sóng xôn   xao mà giờ đây nắng chiều phai   màu.   Đà - Lạt

ơi !   Nhớ   rồi bao năm cách   xa !   Đà - Lạt   ơi ! Hoàng hôn khuất bóng bên

đời ! Qua sương· ... đời !   Nhớ về ĐÀ - LẠT !   Xao xuyến chiều   rơi !

(Nhạc tấu đề kết thúc . . . .)

Vết lăn trầm

Trịnh Công Sơn

Vết lăn vết lăn trầm Hằn trên phiến đá nâu thêm ưu phiền như có

lăn chim muông hằn dấu chân Người đi phiêu du từ đó chưa thấy về quê

nhà rộng đôi cánh tay chờ mong Người chợt nhớ mình như đá Đá lăn vết lăn

buồn   Từ hoang xưa dấu thân anh đã cằm ôi vết   hằn ghi trên bồn gió

hoang chờ ta da du một   chuyến ôi mỏi hờn xin   dừng kể lại tích xưa buồn

hơn Đợi chờ năm làm   giờ qua truông thiên đàng .   Thôi   ngủ yên   đi

con ngủ đời yên đi   con   che dấu thân đau rã   mòn .   Ngủ

đời yên đi con như   vết   thương đau ngủ buồn như Trùng dương đếm mãi thâm còn nghe

ngóng Đá lăn vết lăn   trăm   Từ cơn đau ấy, lưu thân mỏi mòn ôi mắt

thẩm van xin lời thánh đêm   Bài ca dao trên cồn   đá   Trên ngai vàng quê

nhà một thời ngủ yên tuổi xanh   Rồi một hôm chợt thấy hoang vu quanh mình .

VẾT THÙ TRÊN LƯNG NGỰA HOANG

NGỌC CHÁNH
PHẠM DUY
(Soạn theo ý Duyên Anh)

Chậm-Buồn

Ngựa hoang nào dẫm nát tơi bời Đồng cỏ nào xanh ngát lưng

trời   Ngựa   phi như điên cuồng Giữa cánh đồng Dưới cơn giông Vi

trên lưng cong oằn Những vết roi vẫn in hằn! Một hôm ngựa bỗng thấy thanh

bình   Thảm cỏ tình yêu dưới chân mình   Ân tình mở cửa ra với

minh Ngựa hoang bỗng thấy mơ Để quên những vết thù... Ngựa hoang muốn về tắm

sông nhẫn nhục Giòng sông mơ màng mát trong thơm ngọt Ngựa

hoang quên thù oán cảm Từ nơi tối tăm về miền tươi sáng Ngựa

Hoang về tới bến song rồi Chì mở lòng ra với cõi đời Nhưng

đời làm ngựa hoang chết gục Và trên lưng nó đi còn nguyên những vết thù

Vì tôi cần thấy em yêu đời

Trịnh Công Sơn

1. Tôi   xin   làm   mưa   bay   Trong vườn   em   mùa
   (Tôi)   đi   tìm   quanh đây   Bao   loài   hoa   cỏ
2. Tôi   xin   làm   sao   đêm   Hay   làm   cây   đèn
   (Tôi)   xin   làm   sương thu   Hay   làm   mưa   bụi

Hạ ,   Tôi   xin   làm   chút   gió   Mát   thêm   những   bờ
lạ   Tôi   mang về   giữa   phố   Cắm   trên   những   đường
nhỏ   Em   bên   đèn   sẽ   nhớ   Nắng   trên   những   đường
nhỏ   Mai   Em   về   giữa   phố   Sẽ   yêu   thương   hàng

vai   Tôi   xin   là   hôm   nay   Cho   đời   Em   trẻ
đi   Tôi   xin   làm   cây   xa   Đừng   nhìn   Em   rực
quen   Tôi   xin   làm   mây   êm   Trôi   vào   trong nhật
cây.   Tôi   xin   làm   sông   trôi   Cuốn   sầu   đi   lặng

┌ 1, 3

mãi,   Tôi   xin   làm   nụ   cười,   Chờ   Em   giữa   đời   môi.   Tôi...
rỡ,   Tôi...
Ký,   Hay   tôi   làm   mực   hồng.   Chờ   Em   giữa   trang thư.   Tôi...
lẻ,

┌ 2, 4   Slow   Rock   hoặc   Swing   lent

xin   làm   mộng   nhỏ,   Em   vừa   giấc   ngủ   say.   Vì   tôi   cần
...Em   vào   một   mùa   Có   màu   sắc   hồng   thôi.   Vì   tôi   cần
                                                                              f

thấy   Em   yêu   đời   Vì   tôi   cần   thấy   Em   yêu   hoài
thấy   Em   yêu   đời   Vì   tôi   cần   thấy   Em   yêu   hoài

(HẾT)

Yêu   đóa   hồng   bé   dại   Và   yêu   chai   cứng   những   bàn   tay.
Yêu   phố   phường thức dậy   Người đi   xây   cất   những   ngày mai.

Vì đó là em.

nhạc & lời : Diệu Hương

Không cần biết em là ai   Không cần biết em từ
đâu   Không cần biết em ngày sau   Ta yêu em bằng mấy ngàn biển
rộng   Ta yêu em qua đồng tàn ngày tận   Yêu em như yêu vùng trời mênh
mông   Không cần biết đêm dài sâu   Không cần biết đêm gầy
hao   Ta ngồi đếm tên thời gian   Nghe yêu thương dâng cao như ngọn
đồi   Như xa xôi nay quay về gần gũi   Yêu em khi chỉ biết đó là em
Để rồi từ đó   ta yêu   em   không ngại ngần   Để rồi từ
đó trong bước chân   nghe gần hơn   Một ngày lại đến   trái tim ta đại
cuồng   Rồi từng chiều đến   mang nỗi buồn vô biên   Cho dù biết em rồi
đi   Cho dù biết không chờ chi   Nhưng lòng vẫn   nghe cuồng
si   Nghe trong ta   quên đi lòng sầu   hận   Ta yêu em chưa bao giờ một
lần   Yêu em vì chỉ biết đó   là   em

Nhạc sĩ Diệu Hương

Vị ngọt đổi mới

Nhạc và lời: LÊ HỰU HÀ

Trong tình yêu làm sao biết ai luôn
(Anh) nhìn em cười tươi trong đáy mắt em

chân thành Trong tình yêu làm sao biết ai hay
dịu dàng. Em nhìn anh một trời hoa bướm lung linh

lừa dối. Xin hãy cứ yêu đừng nên bối
tỏa sáng Muốn nói thế nhưng cần chi phải

rối, trái tim tự tìm ra lối, bước qua gian dối người ơi Anh...
nói, hãy nghe lòng ta khe...

...khẽ hát câu yêu chỉ một người Khi thời gian như đứng yên lặng

qua đêm dài ôi chiếc hôn nồng

Giữa hơi thở dẻ mê ngây ngất đắm say vị ngọt đôi môi

Cho dù mai vật đổi xa dời

trái tim này cũng chỉ một lời dù

phải chịu trầm luân muôn nghìn kiếp Vẫn

yêu một mình anh thôi.

Vĩnh Biệt Mùa Hè

Thanh Tùng

Mùa hè bâng quơ, bâng quơ nỗi nhớ. Những chiếc lá

non vươn trên cành cây khô. Mùa hè bâng khuâng hoài, để tim xốn

xang hoài. Và lòng ta bổng như đang chờ bóng ai. Cuộc tình bâng quơ đến trong ngày

bơ vơ. Gieo bao đớn đau trong tâm hồn ngây thơ. Mùa hè đi

qua rồi.   Tình yêu cũng qua rồi!   Chỉ còn nước mắt   vương   trên   bờ   môi.

Vĩnh   biệt   mùa hè.   Mùa hè còn   ấm môi hôn ai   kia   đêm về.

Vĩnh   biệt mùa hè.   Mùa hè trong con tim   ta biết   bao   say   mê.

Vĩnh biệt   tình   đầu.   Tình đầu là   cơn giông chợt qua mau, qua

mau.   Vĩnh   biệt   tình   đầu.   Tình làm con tim ta   đơn đau.

VIỄN DU

Phạm Duy

Ra sóng | Biết mặt trùng dương, Biết trời mênh mông, Biết đời viễn vông Biết ta hãi hùng . Ra khơi ! Thấy lòng phơi phới, Thấy tình thế - giới, Thấy mộng ngày mai, Thấy niềm tin mới Chơi vơi ! Con thuyền trên sóng không nguôi , Bão bùng xô tới xô lui, Vững tay chèo lái . Xa xôi ! Hỡi người trong viễn phương ơi ! Hẹn hò nhau viễn du thôi , Lên đường mãi mãi . Ra đi | Nước trời bao

la, Hết cuộc phong ba, Đất liền Âu Á, Cũng không xa gì Phiêu

du . Khắp nẻo đây đó, Bỗng người say sưa, Thấy hoàn cầu

mơ, Khúc đại tình ca ĐIỆP-KHÚC.— Hãy ghé

bến bờ, Có những xóm dừa, Chiều nhuộm vàng làn tóc ngây

thơ... Có những núi mờ, Đứng mãi ngóng chờ. Chờ người

về đầu non. trắng xóa. Ánh sáng chói lòa, Hương say

kinh kỳ, Ai quay cuồng nhịp đời dương thế ‡ Viễn xứ

ước thề ‡ Phố hát lối về, Để đẹp lòng người bước ra đi.

Việt-Nam Việt-Nam

(Rút trong trường-ca MẸ VIỆT-NAM)

Nhạc và lời: PHẠM-DUY

Majestuoso

Việt - Nam Việt - Nam nghe từ vào đời. Việt - Nam hai câu

nói bên vành nôi Việt - Nam nước tôi. Việt - Nam Việt-Nam tên gọi là

người. Việt-Nam hai câu nói sau cùng khi lìa đời ! Việt -

Nam đây niềm xinh tươi, Việt-Nam đem vào sông núi, Tự - Do Công-Bình Bác Ái muôn

đời ! Việt-Nam không đòi xương máu, Việt - Nam kêu gọi thương nhau, Việt -

Nam đi xây đắp yên vui dài lâu ... Việt-Nam trên đường tương lai, lửa

thiêng soi toàn thế giới. Việt - Nam ta nguyền tranh đấu cho đời ! Tình

yêu đây là khí giới! Tình thương đem về muôn nơi . Việt-Nam đây tiếng nói đi xây tình

người ! Việt - Nam ! Việt - Nam ! Việt-Nam quê hương đất nước sáng ngời ! Việt-

Nam ! Việt - Nam ! Việt muôn đời.

Nhạc sĩ Phạm Duy
(1921-2013)

VÓ CÂU MUÔN DẶM

FOX - TROT

Nhạc : VĂN - PHỤNG
Lời : VĂN - KHÔI

Bright Tempo

(Nhạc mở đầu)

Một đoàn trai đi khi xuân tới

Hẹn rằng gieo tình thương khắp nơi Non nước tuy xa

với Ta đã yêu thương đời Đừng e nắng gió sương] bạn ơi

Từ đồng xanh ra đi biên - giới Bụi trường chinh bạc

vai áo tôi Xuân đã mang hương trời Ta quyết đem hương

đời Để đầy đó thấy mùa nắng tươi (nhạc . . .)

Khúc ca chơi - với

Khắp nơi   Người

ơi   Anh em ta đi muốn phương

xa, non xanh bao la, Ta vui cầu ca, những đêm xa nhà cùng ngồi bên

đá   Nhịp đàn vui bay tleo gió qua   Mai vó

Al Coda

cầu lên đường Đem chí trai can trường Đời ta sống thác vì cố-

hương   Một đoàn...

Tình ca (Sérénade)

Xinh
KHÁNH BĂNG

VŨNG LẦY
CỦA CHÚNG TA

Lê Uyên Phương

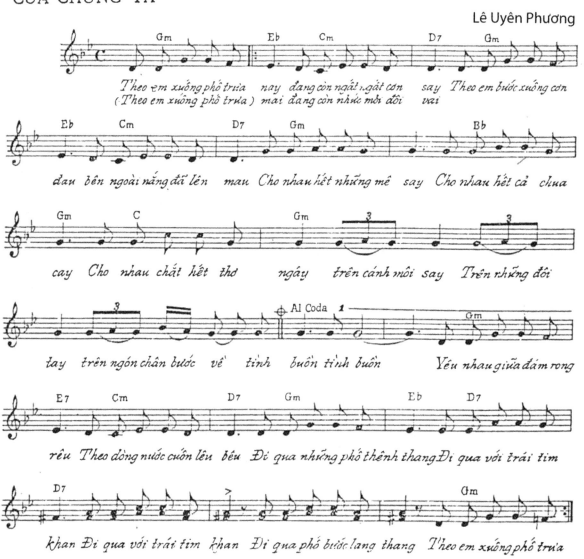

Theo em xuống phố trưa nay đang còn ngất ngất cơn say Theo em bước xuống cơn
(Theo em xuống phố trưa) mai đang còn nhức mỏi đôi vai

đau bên ngoài nắng đã lên mau Cho nhau hết những mê say Cho nhau hết cả chua

cay Cho nhau chất hết thơ ngây trên cánh môi say Trên những đôi

tay trên ngón chân bước về tình buồn tình buồn Yêu nhau giữa đám rong

rêu Theo dòng nước cuốn lêu bêu Đi qua những phố thênh thang Đi qua với trái tim

khan Đi qua với trái tim khan Đi qua phố bước lang thang Theo em xuống phố trưa

Vùng trăm đau buồn
(1962)

Lê Trọng Nguyễn

Chậm buồn

Chiều xưa sao sáng lấp lánh trên vùng trăm. Đường hoa phơi phới, Tiếng nói vang tâm ấm. Nhưng rồi giông tố khắp trời, Làm theo chẳng đón cười. Hồn rồi đây nét mới. Thời gian tím ngắt khói ấm quanh vòng mắt. Trần gian tẻ tái lúc tiếng em vừa

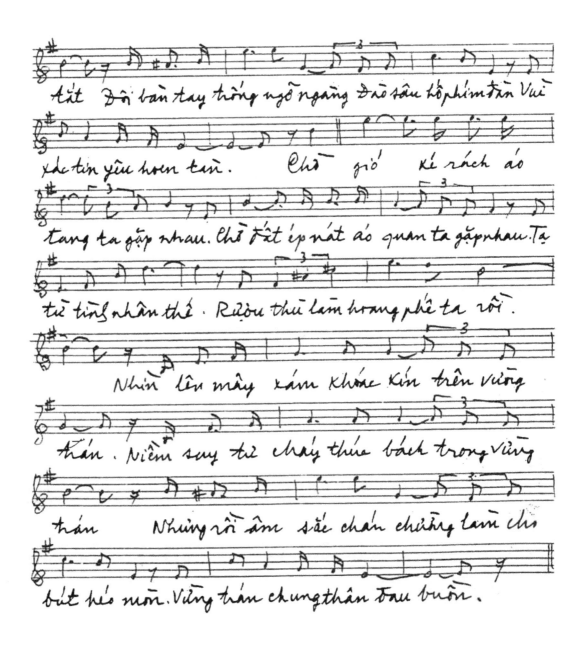

Ánh Đời bàn tay bổng ngỡ ngàng Đào sâu hố phím đàn Vui xa tin yêu hoen tàn. Chờ gió xé rách áo tang ta gặp nhau. Chờ đất ép nát áo quan ta gặp nhau. Tạ từ tình nhân thế. Rượu thừa làm hoang phế ta rồi.

Nhìn lên mây xám khóac kín trên vừng thân. Niềm suy tư cháy thiêu bách trong vừng thân Nhưng rồi âm sắc chán chường làm cho bút héo mòn. Vừng thân chung thân đau buồn.

Vườn Địa Đàng

Nhạc và Lời: Đức Huy
© 1990

mòn   gót mỏi_____   Anh   theo dấu thiên thần   tìm vết chân

em   Đã   lạc nhau   trên

hành trình   về Vườn Địa Đàng   Thiên đàng   vắng

lặng_____   Chưa   in vết chân người   vàng lá Thu rơi

Vườn xưa

Trịnh Công Sơn

nhẹ nhàng

Ngoài hiên vắng giọt thầm cuối đông. Trời chợt nắng Vườn đầy lá non. Người lên tiếng hỏi người có không Người đi vắng về nơi bế bồng. Đừng phai

XA CÁCH MUÔN TRÙNG

Nhạc và lời : **THẨM OÁNH**

Xa cách nhau muôn trùng . Lòng hoài dâng nhớ nhung .

Ai bước đi dùng dằng . Ai sắt se tơ lòng ! Trời vương áng mây

sầu . Hồn quyên bay về đâu ? Tay nắm tay, chân rời bước , bùi ngùi xót xa lòng

nhau . Ôi , sắt se tơ lòng . Người về mang nhớ mong Trông bóng nhau dần

khuất . Xa cách nhau muôn trùng . Bên cầu tơ liễu vương hai bóng . đau thương. Gió

ru cành than khóc trong chiều sương . Sông nước như làm thinh . Áng mây vô tình , thướt

tha lướt trôi vờn nước non xanh . Bao giấc mơ từ xưa tan rồi !

Tìm kiếm đâu giờ giây phút vui ? Một người hoài trông . Một người hoài

khuất . Xa xa sương mờ mịt rơi . . . .

Nhạc sĩ Thẩm Oánh
(1916-1996)

Xa dấu mặt trời

Trịnh Công Sơn

XA QUÊ HƯỞNG

Xuân Tiên và Đan Thọ

Slow Waltz

Chiều buồn mênh mông xa quê thân yêu, khi bước chân

di, trên bến chia ly. Áng mây lờ lững trôi

êm về đâu, cánh chim lướt bay ngàn lối. Thuyền

về nơi nao cho ta luyến tiếc, xa bóng quê hương đi tới muôn

phương. Vấn vương cùng ý tơ bao lời thơ lắng

nghe lá rơi, chiều ơi. Ước mong sẽ quay

về chốn quê cũ xa vời, niềm thương bao la qua năm

tháng hát khúc hồi hương. Nắng in bóng bên

thềm   Nắng   chiều láng êm dềm.   Chiều   tha hương mênh mang niềm

nhớ   cách   xa   cố   hương.   Hận

sầu   ly hương xa   xôi đất   nước,   chia cách đôi   nơi,   sông núi chia

phôi!   Viễn   du   sầu   lắng mang   theo tình quê,   xót

xa   mến thương   làng   cũ.   Chiều   tà   mây   bay bao   la   gió

cuốn,   chiều   đi   xa   vắng,   tiếng chim gọi   dàn.

Thầm mong ước   mơ ngày   mai sáng tươi,   dàn   vang tiếng ca   hồi

1.   2.   FINE

hương.   Chiều...   Hương

Nương song luống ngẩn - ngơ lòng,
Vắng chàng điểm phấn trang hồng với ai.
CHINH PHỤ NGÂM

Làm cho H. để tặng một người đã đi xa...

Y - Vân

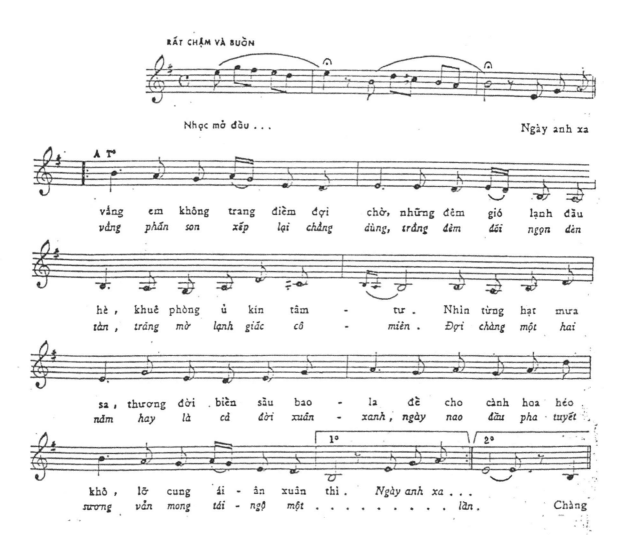

RẤT CHẬM VÀ BUỒN

Nhạc mở đầu . . .   Ngày anh xa

vắng   em   không   trang   điểm   đợi   chờ,   những   đêm   gió   lạnh   đầu
vắng   phấn   son   xếp   lại   chẳng   dùng,   trăng   đêm   đối   ngọn   đèn

hè,   khuê   phòng   ủ   kín   tâm   —   tư.   Nhìn   từng   hạt   mưa
tàn,   trăng   mờ   lạnh   giấc   cô   —   miên.   Đợi   chàng   một   hai

sa,   thương   đời   biển   sầu   bao   —   la   để   cho   cành   hoa   héo
năm   hay   là   cả   đời   xuân   —   xanh,   ngày   nao   đầu   pha   tuyết

1°

khô,   lỡ   cung   ái - ân   xuân   thì.   Ngày   anh   xa . . .
sương   vẫn   mong   tái - ngộ   một . . . . lần.

2°

                                                                                    Chàng

Kiểm duyệt số 846/XB
ngày 20 - 4 - 64

di chinh-chiến gieo - neo rừng khuya   Là mong chiến thắng vai mang vòng

hoa.   Còn em khuya sớm chăm lo miền quê, cho lúa lên ngôi hai

mùa, sống cho tình yêu thế - hệ .   Ngày anh xa

vắng tóc buông giữ vẹn lời thề, ước mong ngắn lệ ngày

về thay giòng nước mắt khi   đi . Vì trời làm phong-

ba nền đời hội - ngộ chia - ly , Lệ rơi nhiều hơn nước

mưa, dẫu cho bốn biển chẳng   vừa .

« XA VẮNG » CỦA « Y - VÂN »
ẤN-PHẨM SỐ 13 CỦA TẬP « 1001 BÀI CA HAY »
DO TÁC - GIẢ XUẤT - BẢN VÀ GIỮ BẢN - QUYỀN.

13

XÁC PHÁO NHÀ AI

* *Lê - Dinh*

Em chúc cho anh tròn hạnh phúc,
Bên người vợ trẻ cưới hôm nay
Còn em, một cánh chim cô độc
Xin trọn đời theo dõi bóng mây,
L. T. P.

CHẬM

Đám cưới nhà ai đây rồi xác

pháo nào rơi cuối trời Người về nhớ mãi không thôi, ngày

dài tiếp nối đơn côi, thương thay cho duyên kiếp lẻ loi. Gởi

chiếc mình ôm phút nãy. Dĩ vãng còn ghi nhớ

GIẤY PHÉP SỐ 981/BTT/BC3/XB
NGÀY 25 THÁNG 3 NĂM 1965

hoài. Lệ nào ướt má hoen mi, buồn nào sánh với chia ly, yêu

nhau mà mong ước được gì. Nước mắt rơi rơi mang nhiều thương

nhớ bóng hình nào khó nguôi, anh ơi ai hay đường đời nơi

nao riêng em thương nhớ ôi buồn sao ! Xác

pháo còn rơi cuối đường. Nhớ mãi tình duyên lỡ

làng, Một người tách bến nơi nao, người về chiếc bóng đêm thâu, anh

ơi thôi tan hết mộng đầu. Đám... ơi duyên đôi lứa còn đâu.

AN PHÚ TÁI - BẢN VÀ GIỮ BẢN QUYỀN

xin còn gọi tên nhau

nhạc và lời: TRƯỜNG SA

Nuối tiếc...

Tiếng hát bay trên hàng phố bâng khuâng,

Chiều đong đưa những bước chân đau mòn, Chợt nghe mùa thu bay trên trời

không, còn ai giữa mênh mông đời mình, nỗi đau mù lấp trên tuổi thơ.

Phố vẫn hoang vu từ lúc em đi. Rồi trong mưa gió biết ai vỗ

về.   Bàn tay nào đưa em trong lần   vui bằng những tiếng chim non thì

thầm cho ngày tháng ưu phiền em   quên !   - Tình trong cơn   ngủ

mê,   rồi phai trên hàng   mi, chợt khi mình nhớ   về, mộng thành mây bay

đi,   còn gì trên đôi   tay,   nên thầm hờn   dỗi mình, cho tình càng thêm

say.   Tiếng hát ru em còn nuối trên   môi.

Lời nào gian dối cũng xin qua rồi,   để lỡ ngày sau khi ta cần

nhau còn nuối chút êm vui ngày đầu, cho mình nhớ gọi thầm tên   nhau ⫽

XIN ĐỜI MỘT NỤ CƯỜI

Nhạc & Lời Nam Lộc

slow rock ♩ = 60

Tôi bước đi khi Sài Gòn trong cơn hấp hối. Ôi Sài - Gòn chờ đợi thở hơi cuối

cùng. Tôi bước đi Tân Sơn Nhất lửa khói ngập trời khu thương xá cửa khép cuộc

đời, những con tàu ngơ ngác ra khơi. Tôi bước đi qua đường rừng chông gai tăm

tối. Như cuộc đời ở lại từ khi mất người. Tôi bước

đi như con rết lê lết cuộc đời, như thân bướm đôi cánh rã rời, lấy u sầu che dấu tả

tới.   Tự   Do   ơi Tự   Do,   tôi   trả   bằng   nước mắt,   Tự

Do hỡi Tự   Do,   anh   trao   bằng   máu xương   Tự   Do ơi Tự   Do,   em

đổi   bằng thân   xác,   vì   hai   chữ   Tự   Do,   ta   mang   đời   lưu   vong.

Tôi   nép   thân   trên   mảnh   thuyền mong manh   sương gió.   Như một

người   tìm   đường   về   nơi   đáy   mồ.   Tôi   bước   đi   vì   không   muốn làm   kẻ   tội

đồ,   vì   tôi   muốn   lại   kiếp   con người,   muốn   cuộc   đời   còn   có   những nụ   cười.

Xin Gọi Nhau Là Cố Nhân

WATUSI

Song Ngọc

Tôi trở về đây lúc đêm vừa lên
(Tôi trở về đây với con đường) xưa

Giăng mắt trời mưa phố xưa buồn tênh. Cố mòn tìm dư hương ngày
Đâu bóng người thương, cố nhân về đâu? Tiếng buồn chợt đâu đây vọng

xưa bao nhiêu kỷ niệm êm ái một tình yêu thoát trên tầm tay
đưa công viên lạnh lùng hoang...

Tôi trở về đây với con đường ..

.. vắng ngọn đèn đêm đứng im cúi đầu

Thu đến Thu đi cho lá vàng lại bay em theo bước về nhà

ai? Ân tình xưa đã lỡ thời gian nào bôi

xóa, kỷ niệm đầu ai dành lòng quên? Phố buồn mình tôi bước chân lẻ

loi. Ray rức trời mưa bỗng nghe mặn môi. Nỗi niềm chuyện tâm tư người

ơi xin ghi nhạc lòng thương nhớ, mình gọi nhau cố nhân u sầu.

Nhạc sĩ Song Ngọc
(1943-2018)

Xin mặt trời ngủ yên

Trịnh Công Sơn

chiến đã mang đi bạn bè ngựa hồng đã mỏi vó chết trên đồi quê hương   còn có ai   không còn
chiến ôi   quê hương thần thoại thuở hồng hoang đã thấy đã   xanh ngời liêu trai   còn có ai   trên cuộc

người ôi   nhân loại mặt   trời   và em thôi này đôi   môi xin thương người ôi nhân loại mặt   trời trong
đời   ôi nhân loại còn   người và   tôi thôi rồi lang như mây trời   ôi nhân loại còn người trong...

tôi   Một ...   tôi .   Mặt

trời đã ngủ yên xin mặt   trời   hãy   ngủ   yên người hãy nhớ mang theo hành trang qua khoang trời

vắng chân mây địa   đàng .   ‘ Người hãy nhớ mang theo hành trang qua khoang trời

vắng chân mây địa   đàng Người hãy   nhớ   Hãy nhớ hoài Người hãy   nhớ   Hãy nhớ đời   Người hãy

nhớ   Hãy nhớ   người (Hãy nhớ   người Hãy nhớ người Hãy nhớ người...)

Xin Một Ngày Mai Có Nhau

Nhạc và Lời: Đức H...

Còn lại   đây   một buổi chiều ướt cơn

mưa   Còn lại đây   sương mù đường vắng tiễn

đưa   Những kỷ niệm   chợt như thoáng

mây   Những ước mộng   chắp cánh xa

bay   Còn lại đây   hàng cây lá úa sầu

đông   Còn lại đây   cung đàn buông tiếng tơ

Nhạc sĩ Đức Huy

xin ơn nhau cuộc đời

nhạc và lời: TRƯỜNG SA

§ NHANH VỪA

(1) Mộng   ước   mãi chấp cánh bay   theo giòng   đời   từng lớp phôi
(2) Người   hỡi   đến với ước   mơ   nuôi một   đời   còn cỗi xanh
(3) Người   hỡi   khúc hát ái   ân   xưa ngọt ngào   từng chuỗi tơ

pha.   Một thời vui   qua   từng con lốc   buồn   vào   đời.
xao   Một lần thương   đau   dài thêm những   ngày   bạc   đầu..
êm.   Lửa nào trong   tim   giờ xin thắp   lại   tình   người.

Người từ năm xưa   về dừng gót ngả,   vườn đời ươm   hoa   thơm hương suốt
Trời làm mưa ngâu,   hồn sầu thác   đổ,   chờ lần môi   khô   người về hững
còn đời cho nhau   dìu cuộc sống   này,   còn tình cho   nhau   ngày hạnh phúc

mùa, rồi một ngày tình lên ngôi, tình lên ngôi (Người...)
hờ, và ngày....
dài, cuộc đời...

②...đó ta quên câu đợi chờ.   Một ngày tình
③ đó ta ơn nhau tràn đầy./. (HẾT)

vui, ôi giòng suối mát, êm đềm như nắng xuống đời; rồi ngày tình

di, thiên đường mất lối, âm thầm đi tới vực sầu, sầu

úa trên dung nhan, sầu lắng trong hồn đầy, nụ hồng nào

thơm dịu ngọt làn môi, xót xa người rồi.   (Người...)

Canada 12/2006

Xin trả nợ người

Viết cho Hướng Dương

Trịnh Công Sơn

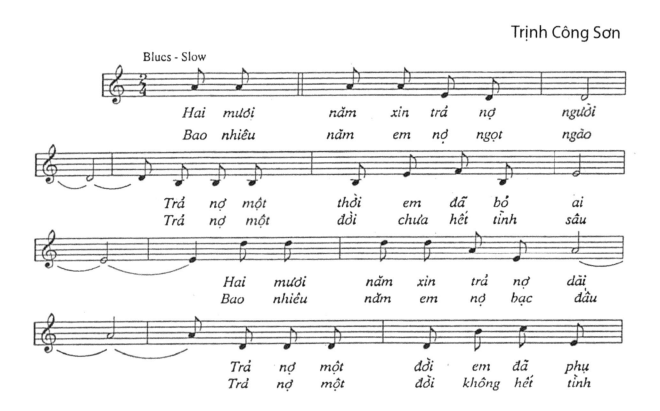

Blucs - Slow

Hai mươi năm xin trả nợ người
Bao nhiêu năm em nợ ngọt ngào

Trả nợ một thời em đã bỏ ai
Trả nợ một đời em chưa hết tình sâu

Hai mươi năm xin trả nợ dài
Bao nhiêu năm em nợ bạc đầu

Trả nợ một đời em đã phụ
Trả nợ một đời không hết tình

tôi .
dầu .

Em phụ   tôi một thời bé

dại

Thơ dại ra   đi không

nhớ gì   tôi   Thơ

dại   ra   đi quên   hết   tình   tôi

Hai   mười   năm em   trả   lại   rồi
Bao   nhiêu   năm bỗng   lại nhiệm   mầu

Trả   nợ   một   đời   xa vắng vòng   tay
Trả   nợ   một   lần quên hết tình   đau

Hai mười   năm với   cạn lại   đầy
Hai mười   năm vẫn   là thuở   nào

Trả nợ một   thời môi vắng vòng   môi .
Nợ lại lần   này trong cõi đời   nhau .

xin yêu nhau
dù mai nữa

nhạc và lời: TRƯỜNG SA

Khi con tim biết rung thành lời, thuở đôi mươi dấn thân miệt mải. Khi yêu thương đã qua một lần, đời đã sớm xót xa tình trần. Khi đôi môi biết tình nồng nàn, dù vẫn biết sẽ qua ngày buồn, rồi lặng lẽ trong âm thầm, cố quên đi kiếp dã tràng. Một lần yêu thương cho đời giông tố, hương xuân bay đi ngỡ ngàng, màu mắt nhung xưa phôi pha theo chân kỷ niệm cùng năm tháng. Xin cho

nhau ước mơ đầy tràn, dù mai nửa chúng ta còn nhau, Xin yêu

poco a poco RALL....

nhau như trong tình đầu dù mai nửa ta phụ nhau. Trên đường mòn,

hoa về chiều, xe lăn nhịp buồn như khúc hát tình quên. Những cuộc

tình cho vội vàng, như chiếc lá chơi vơi vào giòng nước cuốn mênh

mông. Xin yêu nhau hoa thơm vừa nở, từ môi hôn trái xinh ngọt

ngào, như gươm dao xuyên da thịt người, cho thấm thía nỗi đau cuộc

FINE

đời. Xin yêu nhau trong tình loài người, thuyền sóng gió nhấp nhô dập

vùi, đời tan tác đã bao lần, dắt nhau qua biển thăng trầm ./.

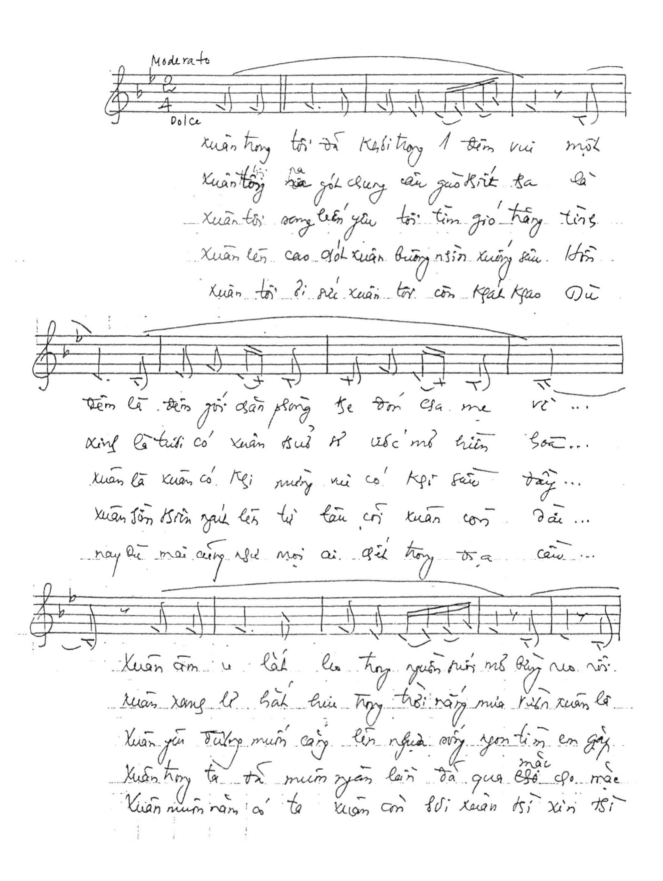

Xuân Ca

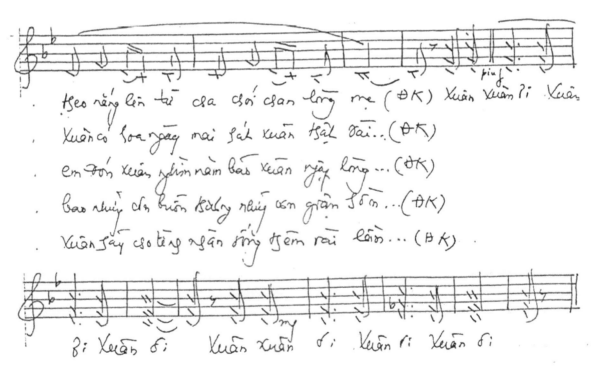

Phạm Duy

Xuân đã về

Nhạc và Lời: MINH KỲ

Xuân đã về, xuân đã về kìa bao ánh xuân về tràn lan mênh mông. Trên cánh
Xuân đã về, xuân đã về kìa bao ánh xuân về tràn lan mênh mông Xuân đã

đồng chim hót mừng đang thiết tha từng đàn cùng bay vui say. Xuân đã
về trên cánh đồng bao bác nông dân cày ruộng vui say xuân. Xuân đã

về xuân đã về ngàn hoa hé môi cười vui đón gió mới. Xuân đã về xuân đã
về xuân đã về ngàn cô gái quê cười tươi đón gió mới. Xuân đã về xuân đã

về ta hát vang lên câu ca mừng chào xuân. Ngoài trời bao la xinh tươi bao cô gái

đẹp nhìn trông xinh như hoa Lập loè tà áo xanh xanh chen bóng tím và ng đẹp hơn tiên

nga. Và bầy em bé ríu rít khúc khích tiếng cười từ nhau vui ca.

Từng đàn chim non xinh xinh tung bay khắp trời cùng ríu rít ca. Một bài ca đón
Ngập trời bao tiếng

chào mừng hoà theo tiếng pháo đì đùng mừng xuân nay đã về rồi
chào mừng nàng xuân duyên dáng về rồi về gieo bao thắm tươi vui

và mùa đông vừa qua.
lòng ta thấy yêu...đời xuân đã về ta hát vang chào mùa xuân sang xuân sang...

XUÂN NÀY CON KHÔNG VỀ

TRỊNH LÂM NGÂN

Con biết bây giờ Mẹ chờ tin con. Khi thấy Mai Đào nở vàng bên
(Ôi nhớ Xuân nào thuở trời yên..) vui Nghe pháo giao thừa rộn ràng nơi

nương. Năm trước con hẹn đầu Xuân sẽ về nay én bay đầy trước
nơi. Bên mái tranh nghèo ngồi quanh bếp hồng, trông bánh chưng chờ trời

1. ngõ mà tin con vẫn xa ngàn xa. Ôi nhớ Xuân nào thuở trời yên..

2. sáng, đỏ hây hây những đôi má đào Nếu con không về chắc Mẹ buồn

lắm, mái tranh nghèo không người sửa sang, khu vườn thiếu hoa vàng những Xuân.

Đàn trẻ thơ ngây chờ mong anh trai sẽ đem về cho tà áo mới ba ngày Xuân đi khoe xóm

giềng. Con biết không về Mẹ chờ em trông

Nhưng nếu con về bạn bè thương mong Bao lửa trai còn chào Xuân chiến

trường, không lẽ riêng mình êm ấm, Mẹ ơi con Xuân này vắng nhà.

XUÂN THA HƯƠNG

Phạm đình Chương

Ngày xưa Xuân thắm quê tôi bao nhánh hoa đời đẹp tươi, Mẹ tôi sai uốn cây cành vun tưới hoa màu xinh xinh. Thời gian nay quá xa xăm tôi đã xa nhà đầm ấm, sống bao xuân lạnh lẽo âm thầm. Hoa xưa dần quen biết bao kỳ đơm bông, Riêng ai buồn thương hắt hiu còn trông mong. Và Xuân thay áo mấy mùa đợi chờ, mắt hoen lệ rưng rưng sầu héo đến bao giờ. Chiều nay lê gót phiêu du thầm nhớ xuân về làng cũ; tình quê chan chứa trong lòng chua xót hay sầu tư hương. Đường

di xa lắc lê thê thêm khát khao ngày về quê để sống vui quê mẹ

lúc xuân về. Xuân tới muôn cánh hoa đào bay khắp nơi, hương

khói lan dưới mưa nhẹ rơi phơi phới, chiều xuống, sầu lắng trên đường

về mịt mùng mây Tần hời cho nhắn bao niềm thương. Chiều.....

Xuân và tuổi trẻ

LA HỐI - THẾ LỮ

Ngày thắm tươi bên đời xuân mới   Lòng đắm say bao nguồn vui sống   Xuân về với ngàn hoa tươi sáng   Ta muốn hái muôn ngàn đóa hồng   Ngày muốn luôn luôn cười với hoa   Xuân thắm tươi én tung bay cao tít trời   Vui sướng đi cao tiếng ca mừng vui reo

Đừng để lòng thổn thức tình mê đắm   Ta trẻ vui   Ta trẻ

vui đời xuân thắm tươi   Xuân thắm tươi   Vui sướng đi cho

đời tươi sáng   Vui sướng đi cho   lòng thêm tươi   Ta hát ca đón

mừng xuân mới   Ta hát ca cho   lòng thêm hăng   hái   Hát vang lên

đời ta thắm tươi   Tiết xuân   huy   hoàng muôn sắc hoa

Tiết xuân   êm   đềm muôn tiếng   ca   Hát vang hòa lòng thêm hăng

ca   Xuân tưng bừng   Ngày . . .

Xuân Về

Nhạc và lời:
Thẩm Oánh

Xuân về rồi, muôn đóa hoa đào tươi

cười trong nắng ứ... ư... Buông mành

tơ liễu soi hồ gương. Vờn màu sắc xuân vừa

sang. Ngàn xuân khúc vang lừng ca, chim ghép

đôi tung trời bay, và âu yếm bên ngàn hoa, cô gái

mơ màng say... Xuân về rồi, muôn đóa hoa đào

tươi cười trong nắng ứ... ư... Bên phòng

the   tiếng   dương   cầm   ngân,   nhịp   nhàng   khúc   ca   mừng

Fine

xuân.   Hoa   lá   tươi   kiêu   căng   cười   đông.

Chim   chóc vui   ca   vang ngoài   song.   Làn   kim   phấn   lướt   qua   bóng

mây,   thắm   tô   cho ngàn   cỏ   cây.   Mưa   phớt trên   bông   hoa   đào

tươi.   Oanh   yến   đang   mê   say mừng   vui.   Tìm   trong

gió   mới   xuân   sắc   hoa   líu   lo   tưng   bừng   hòa   ca.

XUẤT QUÂN

Lời và Nhạc :
PHẠM-DUY

Ngày bao hùng binh tiến lên, Bờ cõi vang lừng câu quyết chiến. Bước oai - nghiêm theo tiếng súng đi tung-hoành, Quân Việt - Nam đi hồn non nước xây thành. Đi là đi tiến tới! Đi là đi tiến tới! Đi là mang linh - hồn non sông . . . Đi là đi tiến tới! Đi là đi tiến tới! Bước

lên dày hồn Việt-Nam . Kèn vang theo tiếng chân đang rồn . rập

xa xa, Tiếng gào thiết - tha . Ngàn lời

chính khí đưa, ầm ầm tiếng thép hòa, Rầm rầm tiếng súng sa - trường

xa ... Hồn say khi máu xương rơi cho đời tương - lai , Tiếng

cười khắp nơi Từng bụi lốc cuốn rơi, Từng giọt

máu sáng ngời một đường kiếm thét oai - hùng đưa ... (Trở lên đầu)

" XUẤT QUÂN." (1945) BẢN CHÍNH CỦA TÁC-
GIẢ DO NHÀ XUẤT-BẢN TINH-HOA TÁI-BẢN LẦN
THỨ HAI. NGOÀI NHỮNG BẢN THƯỜNG, CÓ IN
THÊM 30 BẢN ĐẶC-BIỆT TRÊN GIẤY QUÝ ĐÁNH
DẤU TỪ X. Q. I ĐẾN X. Q. XX — T. H. I
ĐẾN T.H. X ĐỀU CÓ CHỮ KÝ CỦA TÁC-GIẢ VÀ
ĐÓNG THIỆN SON T. H. ĐỂ TẶNG KHÔNG BÁN

T. H. 234

XÓM ĐÊM

Nhạc và lời: PHẠM · DÌNH · CHƯƠNG

thêm Đẹp kiếp sống thêm Màn đêm tịch liêu.

Nghe ai thoáng ru câu mến trìu Nghe không gian tiếng yêu thương nhiều

Hứa cho đời thôi dìu hiu Đêm tha hương ai vọng

trông Đêm cô liêu chinh phụ mong Đêm bao canh mưa âm

thầm theo gió về khua cơn mộng hẹn mai ánh xuân nồng

Cho nên đêm còn dậy hương, dề dìu bước chân ai trên đường

dề nhìn xóm khuya không buồn vì người biết mang tình thương Đường về canh ...

Ý Nhạc Thời Gian

Nhạc và lời:
Thẩm Oánh

Dịu hiền phơi phới, hồng lên ánh môi màu hoa niên rạng ngời. Đời không biết sầu, lòng chưa nát nhàu, đẹp là thời thơ ấu. Rồi trăng thấy xanh, mây nước mông mênh, chan hòa xây thác ghềnh. Vàng dâng lá cành, hồn vương bóng hình, nên mộng đời kém xinh. Mầu thời gian, ơ, úa thời gian, cho ý tình mang mang ước nguyền mang mang. Nhịp nhàng mà hát,

lời rằng: "Ngày say nắng chang thì đêm mát trăng." 1. Ngả màu quan

2. Chập chùng sông

3. Ngại gì gian

tái, lòng sao vẫn tươi còn say cung nhạc đời?

núi, vực sâu, thác cao, Trùng dương ơi ngọt ngào...

khó, rình ngăn bước ta Tình thương luôn chan hòa

Đàn ngân phím hoài, đường tơ vấn dài, Trần ai có

Ngày vui thoáng về, khổ theo tức thì, Đường xa cứ

Sẻ chia với người, thẳng ngay với đời Là tâm sướng

1. ai? Dịu ... ... ai?

đi? *(Ca lại Điệp Khúc)*

vui.

2.

Cao cung hân hoan: Dâng nhạc thời gian...

YÊU

Trần-thiện-Thanh

SLOW ROCK

«Biết làm sao định nghĩa được TÌNH - YÊU».
Biết làm sao mà hiểu được TÌNH - YÊU.

Lòng yêu thì cho mà đâu biết nhiều. YÊU như khung trời băng-
Người đi vào yêu mà thương nhớ nhiều. YÊU đôi hoa vàng bến

lăng? YÊU trong như giòng suối vắng? Hay YÊU là nghe cay đắng?
vàng ... YÊU quê hương miền cháy nắng, ra đi mà quên cay đắng.

Ngắt nụ hoa vàng biết rằng mình yêu. Đường đi vào yêu mềm hơn nắng
Ép vào tim nồng chỉ một tình yêu. Đường đi dù xa, dù sương kín

chiều. Em ơi đêm nào vắng gió ... Đôi tim non vừa mở
chiều. Nhưng không bao giờ đăm chiều, Nhưng không bao giờ cô

ngỏ nhớ hỏi lòng mình thức hay mơ? YÊU phải chăng giấc mộng thơ.
liều bởi mình còn hình bóng thương yêu. YÊU phải chăng lúc lìa đôi.

Tim không thấy nhưng không xóa mờ? YÊU phải chăng là hương gió.
Tình theo gót chân mây cuối trời. YÊU phải chăng từ mong nhớ.

Ngàn đời còn mơ trốn đôi hồn hoa? Ai đâu hay được biết được tình
Từ chờ mong thêm thiết tha lòng mơ. Ai đâu hay được biết được tình

yêu. Sợ không dám yêu mà nhớ thương nhiều. Em ơi khi mùa Đông
yêu. Tình tuy rất xa mà ngỡ như gần. Em ơi nghe chiều băng-

qua. cô đơn tâm hồn buốt giá nhớ hỏi lòng: PHẢI CHĂNG VỪA
khuâng, buông trên vai mềm sót nắng hãy nhủ thầm: THẾ NHÂN CÒN

YÊU? YÊU LÀ MỘNG MƠ? YÊU LÀ SẦU NHỚ?
YÊU

Yêu

Nhạc và lời : VĂN PHỤNG

Yêu   là   lòng   bâng   khuâng,   nhớ   hay

...nhiều   một   người   thân   yêu,   đã   đi

thương một chiều thu vương,   gió êm đưa, dạt dào tre
xa   về   miền hoang liêu.   Những trang thu là hành trang

đưa,   lá rơi rơi,   rơi tả tơi.   Yêu là tình dâng
theo   cố nhân ơi   giận ờn chi.   Yêu là tình thương

cao,   gió lao xao, ngả hàng phi lao,   phút ái
đau   với xót xa lệ tình không tan   biết nói

ân đằm say tâm hồn,   nhớ mãi đêm nào bên
sao những khi âu sầu,   những khi úa nhạt tâm

nhau.   Thôi yêu dấu mà chi,   ngày vui
tư.

xế bóng,   đôi lòng chia xa,   hồn tàn hơi buốt

giá,   khi mùa xuân qua,   úa phai nhạt hoa. Nhớ thương bao...

Yêu Dáng Em Xưa

20th Annivervary 1993

Đăng Khánh

Chậm - Thiết tha

Rồi một chiều   Em như bóng mây   Mắt môi

cười đã cho đời   ngất ngây   Rồi một ngày   ai đưa em   tới

đây   Đã cho lòng anh rã rời   đắm   say   Môi em thơ

ngây   Yêu thương dâng đầy   Tóc em như mây   ru hồn anh giấc mơ

dài   Từ ngày ta   có nhau   Cuộc tình gieo nỗi đau   Một chiều môi khẽ

YÊU DẤU CHƯA NGUÔI

Trầm-Tử-Thiêng

THA THIẾT, VỖ VỀ

Còn chờ nhau cho nên em quá xa xôi.

Còn vì nhau cho nên yêu dấu chưa nguôi. Có nhau đón đưa nhau không

rời. Dìu nhau qua bao cơn mệt mỏi, sau giờ phiền hà của cuộc

đời. Chẳng cần nhau sao em bối rối đêm nay.

Một lần đi mang theo yêu dấu trong tay Mắt em thiết tha như hôm

nào. Vì nhau nên yêu thương thật khổ. Hẹn hò nên một giờ thật lâu

Xin hãy yêu nhau cho trăng sao đầy trời. Cho thú thương đau đi thêm sâu vào

đời. Vào trọn đời em. Vào trọn đời anh Mưa gió chưa yên sao em đi ngoài

trời Yêu dấu chưa nguôi sao buông tay nửa vời. Sầu lạnh bờ môi. Sầu lạnh bờ

môi. Căn gì nhau xin em cứ nói đêm nay.

Giận hờn chi cho em tóc rối hương phai. Để đầu những yêu thương ban

đầu. Vì nhau cho gian nan một kiếp. Mặn mà cho một đời thật mau.

Yêu dấu tàn theo

Trịnh Công Sơn

Thôi em đừng bối rối Trong ta chiều đã
... sống chiều mưa tới Bên ta cơm khởi

tàn. Thôi em đừng khóc nuối cho môi còn chút thanh
rời. Nghe bên ngày nắng mới Em đi bằng bước chân

YÊU EM

Slow Triplets (12/8 Feel)

Lê Hựu Hà

(Introduction-Guitar solo)

1/Yêu em   vì   ta   ghét buồn.   Yêu   em   vì   ta   ghét hờn.
2/Ta   không   cần mái   tóc huyền.   Ta   không   cần đôi   mắt đẹp.
3/Em   ơi!   Anh muốn   nói rằng: "Sao   em   còn mãi   hững hờ?...

Yêu   em   vì   ta   khinh khi   dối   gian.
Ta   không   màng   lời   khen chê   thế   gian.
Khi   anh   trọn   lòng   yêu em   thiết   tha!"

Yêu   em   vì   ta   chán đời.   Yêu em   vì   ta   chán người.
Ta   không   cần ai   hiểu mình...   Khi   ta   ngợi   ca   ái   tình...
Xin   em   đừng nên   dối lòng...   Khi   tim   làm đôi   má   hồng...

Yêu em   vì   ta   không tin   ở   trời.
Khi ta   dìu em   đi   trong   ý   thơ.
Cho ta   được gần   nhau   trong...   ...giấc mộng.

Nhạc sĩ Lê Hựu Hà
(1946-2003)

yêu em
anh đã yêu mùa thu

nhạc và lời: TRƯỜNG SA

Chậm êm ...

Gió mãi cuốn mây   cuối trời phiêu lãng .   Nắng ấm cũng

phai theo màu   thời   gian .   Về em phong kín men xưa dịu buồn , với

mùa thu mắt biếc , bâng khuâng   mơ về một thời xa .   Với tiếng hát

ru   cho lòng   anh nhớ .   Nhớ khúc ái   ân   em gọi   mùa

thu . Về trên năm ngón tay đơm tình sầu , ru sầu trên tiếng hát , yêu

em xin bước qua niềm đau . Xin em bàn tay ấm ngọc

ngà , cho ước mơ tình nhân thơm ngát như tuổi thơ . Xin

em tình yêu có ngày về , để mùa thu lắng nghe , bao chuyện tình thiết

tha . Gió mãi cuốn đi những lời âu yếm . Lá vẫn cứ

rơi cho tình vàng thêm . Vàng phai trên áo em xưa miệt mài nhưng

lòng anh vẫn mãi , yêu em anh mãi yêu mùa thu .

Yêu Em Dài Lâu

Nhạc và Lời: Đức Huy
© 1983.1990

Dịu dàng

Giọng Nam

tacet

Em   như cơn gió   Thu bay   bay   nhè nhẹ
Yêu   em cho đến khi con   tim   ngừng đập

Đưa   anh   di   tìm vần   thơ
Cho   thiên thu   là một   giây

Qua   công viên lá rơi trên con   đường về
Yêu   em cho đến khi ong thôi   làm   mật

Bỗng   nhiên nghe lòng đan ước   mơ
Đến   khi loài chim quên lối bay

tacet

Mơ   ôm em trong tay đêm mưa   thì thào
Khi   ôm em trong tay anh nghe   ngọt ngào

Cho   bão tố về làm chiêm bao
Nếu   đời là một giấc chiêm bao

yêu em
giữa đời quên lãng

nhạc và lời: TRƯỜNG SA

tha thiết ......

Mùa xuân nơi đâu chồi xanh cỏ biếc .   tình có là   nắng hôn tóc em

mềm .   Bàn tay nhung êm   có níu tình   tôi .

qua bến yêu đương mấy   thuở bên người .   Mùa xuân   nơi đâu người ơi tìm

mãi .   Màu hoa nào   thắm trên tóc em   cài .

Dìu hồn tôi say trong giấc hồn   nhiên .   theo bước   chân em cuối trời lãng

quên .   Quên sao nắng   vẫn ghen màu mắt và môi ấy vẫn quen hờn

Yêu Là Chết Ở Trong Lòng

Nhạc và lời : Phạm Duy

Làm sao tôi biết yêu đương là khúc đoạn trường ? Làm sao tôi
Làm sao tôi biết yêu đương ở cõi địa đàng ? Làm sao tôi

biết yêu đương là tiếng thê lương ? Từ khi tôi mới yêu người đó
biết yêu đương là mối dây oan ? Từ khi tôi biết yêu là thế

Tình yêu thơm ngát như lời húa Cuộc tình ngây thơ chúng tôi xây mộng xây
Tình yêu đốt cháy tim nhỏ bé Cuộc tình ra đi sẽ đem theo cả say

mơ ! Người cho tôi biết yêu nhau là sẽ nặng sầu
mê ! Người cho tôi biết yêu nhau dù có nguyện cầu

Người cho tôi biết yêu nhau là sẽ xa nhau ! Dù tôi không
Người cho tôi biết yêu nhau là vẫn thương đau ! Dù cho tôi

muốn tin là hết Tình yêu như lá theo mùa chết Cuộc tình năm xưa sẽ
biết quên người cũ Tình yêu chắp cánh theo ngọn gió Lòng người đong đưa vết

tan sau một cơn mưa. Người tình ơi ! Yêu đương là chớ nên

thương mối tình xa xưa.

mong Yêu đương là chết trong lòng Yêu đương là khối sầu thương.

Người tình ơi ! Yêu đương là tiếng than van Yêu đương là nát cung

D.S. al Fine

Saigon 1973

đàn Yêu đương là giấc mơ tàn. (Làm sao tôi)

Yêu người yêu đời

Nhạc và lời : LÊ HỰU I A

Bạn thân ơi cố gắng yêu thương người dù người
Bạn thân ơi cố gắng yêu thương đời dù đời

không yêu ta hãy cứ yêu thương hoài mặc dù
không yêu ta hãy vững tin yêu đời mặc dù

ai quen ai hãy cho nhau một lời. Dù
ta không ai hãy vững tin yêu đời. Dù

là lời nghe chua cay, dù là lời thoáng qua tai.
đời chỉ yêu gian dối, dù đời cay đắng như vôi.

Ngày nào bầu trời còn mây bay lòng ta

vẫn thấy yêu thương người. Dù đời còn gặp

nhiều chông gai trọn đời ta cứ đi đi hoài.

Bạn thân ơi cố gắng yêu thương đời dù đời

không yêu ta, hãy cứ yêu thương hoài mặc đời

ta không ai, hãy vững tin yêu đời, dù

đời chỉ yêu gian dối, dù đời cay đắng như vôi.

YÊU TRONG HOÀNG HÔN

Nhạc & Lời: PHẠM MẠNH CƯƠNG

SLOW ROCK ♩ = 65

Có ai hay mỗi mình tôi buồn sầu

Buồn vì cuộc đời còn nhiều đắng cay   Ai đem thương yêu dệt nên sầu

nhớ   Khi trót yêu thương rồi,   tình chỉ là   bóng đêm

Mắt xanh ngày xưa giờ đã nhạt   nhòa   Nhạt nhòa vì lệ nhiều đêm trắng

đêm   Ai sao hay quên bài ca tình ái,   đem chép trong tim

mình,   tưởng rằng tình khó nhạt phai   Nhưng ai có đâu

ngỡ, bèo hợp rồi tan tác, trăng thanh vỡ làm đôi bên trời

Bao nhiêu nước mắt rồi mà buồn sao chưa

vơi? Dở dang đời hoa ấy Biết đâu mà

tìm Nếu ai vừa yêu vừa mới hẹn hò Đừng tưởng cuộc đời dệt bằng gấm hoa

Tôi xin cho ai đẹp câu tình ý, không lỡ mối duyên

đầu, để tìm trọn nghĩa tình yêu

Printed in the USA
CPSIA information can be obtained
at www.ICGtesting.com
LVHW050443270923
758034LV00004B/96